சோ.தர்மன் கவிதைகள்

சோ.தர்மன்

கோவில்பட்டி அருகிலிருக்கும் உருளைக்குடி கிராமத்தைப் பூர்வீகமாகக் கொண்டவர். வேளாண் மரபும் கூத்து மரபும் பிணைந்திருந்த குடும்பச்சூழலில் சோலையப்பன் - பொன்னுத்தாய் இணையருக்கு 08.08.1953இல் மூத்த மகனாய்ப் பிறந்தவர். தர்மராஜ் எனும் இயற்பெயரை, எழுத்துச் செயல்பாடுகளுக்காகத் தர்மன் எனச் சுருக்கிக்கொண்டார்.

இவர் எழுதிய சிறுகதைகள் ஈரம், சோகவனம், வனக்குமாரன், அன்பின் சிப்பி, நீர்ப்பழி உள்ளிட்ட சிறுகதைத் தொகுதிகளாக வெளியாகியுள்ளன. தூர்வை, கூகை, சூல், பதிமூனாவது மையவாடி, வௌவால் தேசம் ஆகியன இவர் எழுதிய புதினங்களாகும்.

இவரது சிறுகதைகளும் புதினங்களும் பல்வேறு விருதுகளைப் பெற்றிருப்பதுடன், இந்திய மொழிகள் பலவற்றிலும் மொழிபெயர்க்கப்பட்டுள்ளன. வில்லிசைக் கலைஞர் பிச்சைக்குட்டி குறித்த தன்வரலாற்று நூலையும் எழுதியிருக்கிறார்.

இவர் எழுதிய சூல் என்னும் புதினத்திற்காக 2019ஆம் ஆண்டில் சாகித்ய அகாதமி விருதைப் பெற்றிருக்கிறார். சமூகப் பண்பாட்டு வழக்காறுகள் தொடர்பாகவும் தொடர்ந்து எழுதிக்கொண்டிருக்கிறார்.

53டி, கதிரேசன் கோவில் தெரு,
கோவில்பட்டி - 628502, பேச: 7598075536

முனைவர் **மகாராசன்**

மதுரை நகரை ஒட்டியுள்ள சின்ன உடைப்பு எனும் சிற்றூரைச் சார்ந்தவர். 'ஏர்' இதழை நடத்தியவர். பெண்மொழி குறித்த ஆய்வில் முனைவர் பட்டம் பெற்றவர். சிவகங்கை மன்னர் துரைசிங்கம் அரசுக் கல்லூரியில் வருகை உதவிப் பேராசிரியராகவும், தஞ்சாவூர் தமிழ்ப் பல்கலைக்கழக நாடகத்துறையில் நாடகக் கலைச்சொல் களஞ்சிய அகராதி உருவாக்கத்தில் திட்டத் தகைமையராகவும் பணியாற்றியவர்.

தமிழ்ச் சமூகம், கலை, இலக்கியம், வரலாறு, பண்பாடு, கல்வி தொடர்பாகப் பல்வேறு நூல்களை எழுதியிருக்கிறார். அறிவுச் செயல்பாடுகளுக்கு உதவும் வகையில், செம்பச்சை நூலகம் ஒன்றை உருவாக்கி இருக்கிறார்.

மக்கள்தமிழ் ஆய்வரண் மற்றும் வேளாண் மக்கள் ஆய்வுகள் வட்டம் வழியாகச் சமூகப் பண்பாட்டியல் ஆய்வுகளை மேற்கொண்டு வருகிறார். தற்போது, அரசுப் பள்ளி ஒன்றில் முதுகலை ஆசிரியராகப் பணியாற்றி வருகிறார்.

208, நிமிர்வகம், வைகை அணை முதன்மைச் சாலை,
காந்தி நகர், செயமங்கலம் - 625603, பெரியகுளம் வட்டம்,
தேனி மாவட்டம், தமிழ்நாடு. பேச: 9443676082, 6381409740
மின்னஞ்சல்: maharasan1978@gmail.com
வலைப்பூ: maharasan.blogspot.com

சோ. தர்மன்
கவிதைகள்

தெரிவும் தொகுப்பும்

மகாராசன்

யாப்பு
வெளியீடு

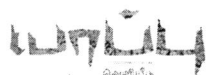

சோ.தர்மன் கவிதைகள் • கவிதை • சோ.தர்மன் • தொகுப்பாசிரியர்: மகாராசன் • முதல் பதிப்பு: ஜனவரி, 2024 • பக்கங்கள் 117 • வெளியீடு: யாப்பு வெளியீடு, 5, ஏரிக்கரைச் சாலை, 2ஆவது தெரு, சீனிவாசபுரம், கொரட்டூர், சென்னை - 600076 • பேச: 9080514506 • நூல் வடிவமைப்பு: அ.சிவக்குமார் – லிம்ஸ் டேட்டா சொலுஷன் • அட்டை வடிவமைப்பு: பிரபாகர் • அட்டைப்படம் : நன்றி: விகடன் தடம் • அச்சு : ஆதவன் ஆர்ட் பிரிண்ட், சென்னை – 6000116

விலை: 120/-

CHO.DHARMAN KAVITHAIGAL • Poems • Cho. Dharman • Collection and Edited By : Maharasan • First Edition: January, 2024 • Pages 117 • Published by: NAM NAADU is an imprint of YAAPPU VELIYEEDU, Erikkarai Saalai, 2nd Street, Seenivaasapuram, Korattoor, Chennai - 600 076 • Cell: 9080514506 • Layout : A.Sivakumar – Lims Data Solution • Cover Design: Prabakar • Cover Photo Courtesy: Vikadan Thadam • Print : Adhavan Art Print, Chennai-600116

Rs. 120/-

ISBN : 978-81-963400-3-2

தளுகை!
கரிசல் எழுத்தின்
முன்னத்தி ஏர்
எழுத்தாளர்
பூமணி
அவர்களுக்கு...

நன்றி!
திருவாளர்கள்
செந்தில் வரதவேல், தில்லை முரளி
பிரபாகர், அரிபாபு, சந்தனமாரியம்மாள்,
கண்மணிராசா, ஆகாச மூர்த்தி,
அய்யனார் ஈடாடி, பிரபாகர், சிவக்குமார்
ஆகியோருக்கும்..

துணைவி அம்சம்
மகள் அங்கவை யாழிசை
மகன் அகரன் தமிழீழன்
ஆகியோருக்கும்..

சமூக ஊடக
நண்பர்களுக்கும்..

பொருளடக்கம்

1. தன்போக்குக் கவிதைகளும் நானும். சோ.தர்மன். 11
2. சோ.தர்மன் கவிதைகளும் தமிழ் இலக்கிய மரபின் நவீனப் புலப்பாடும்: மகாராசன். 15
3. சோ.தர்மன் கவிதைகள். 29

தன்போக்குக் கவிதைகளும் நானும்.
சோ. தர்மன்

பெரும்பாலான எழுத்தாளர்கள் மாதிரிதான் நானும். முதலில் கவிதைகள்தான் எழுத ஆரம்பித்தேன். நான் எழுதிய கவிதைகளை நிறைய இதழ்கள் பிரசுரித்தன. என் எழுத்துக்களை அச்சில் பார்க்கும்போது ஏற்படும் சந்தோஷத்தில் ஏராளமாக எழுதினேன். என்னுடைய வாசிப்புப் பழக்கம் சங்க இலக்கியங்களின் பக்கம் திரும்பியபோதுதான் எனக்குள் ஒரு பெரிய மாற்றம் நிகழ்ந்தது. நாம் எழுதிக் கொண்டிருப்பது கவிதைகள்தானா? அப்படியென்றால் ஏன் சங்கக் கவிதைகள் மாதிரி நித்தியமாக நினைத்து நினைத்து அசைபோடும்படியான அர்த்தம் இல்லை என்ற கேள்வி மேலோங்கியபோதுதான் நான் யோசிக்கத் தொடங்கினேன்.

தமிழ் இலக்கியப் பரப்பில் கவிதைக்கென்று ஒரு நீண்ட வரலாறு இருப்பது மாதிரி உரைநடை இலக்கியத்திற்குப் பெரிய அளவில் வரலாறுகள் கிடையாது. ஆனாலும், உரைநடை எழுத்துக்கள் சிலாகிக்கப்படுகிற அளவுக்குக் கவிதைகள் பேசப்படுகிறதா என்றால், இல்லை என்றுதான் சொல்வேன். என்னைப் பொறுத்தவரையில் தமிழ் இலக்கிய வகைமைகளில் கவிதை எழுதுவதே சிரமம் என்றுதான் சொல்வேன்.

அனைத்து வகையான இலக்கண விதிகளையும் தன் இஷ்டத்திற்கு வளைத்துக் கொண்டபடியால், இன்று கவிதை எழுதுபவர்களின் எண்ணிக்கை தமிழக மக்களின் ஜனத்தொகையில் ஏறத்தாழ அறுபது சதவிகிதம் இருக்கும் என நினைக்கிறேன்.

என்னைப் பொறுத்தவரையில், கவிதை என்றால் அமைதி, ஆர்ப்பாட்டம் இல்லாமல் மனசை ஊடறுத்து உள் இறங்கிப்

படிந்து போவது. அடுத்து, கவிதை என்றால் கால வெளியற்றது; எக்காலத்திற்கும் பொருந்திப் போவது.

வினாடிக்கு ஒன்று, நிமிடத்திற்கு ஏழு என்று உற்பத்தி செய்வது அல்ல கவிதை. பாப்கார்ன் சோளப்பொரி மாதிரி பொரிந்து கொண்டிருப்பது உற்பத்தியே தவிர, சிந்தனையோ படைப்போ அல்ல.

கவிதைப் படைப்பென்பது, நெஞ்சின் அடியாழத்திலிருந்து எதுக்களித்து, கொப்பளித்துப் பீறிட்டு, பின்னர் வெற்றிடமாக அரவமின்றி மனசை ஆக்கிரமித்துக்கொள்ள வேண்டும். நம் நெஞ்சின் அடியாழத்திலிருந்து ஓர் ஆழ்ந்த பெருமூச்சோ அல்லது ஒரு சிறு புன்னகையோ வெளிப்பட்டு கவிதை நம்முள் படிய வேண்டும்.

பெரும்பாலான கவிஞர்கள், காதல் கவிதை எழுதுகிறேன் எனும் பேரில் காமத்தை எழுதிக் குவிக்கிறார்கள். ஏனெனில், கவிதையில் காமத்தை எழுத வார்த்தைகள் போதும். ஆனால், காதலை எழுத வார்த்தைகள் மட்டும் போதாது. ஏனெனில், காதல் என்பது வார்த்தைகளுக்கு அப்பாற்பட்டது.

ஆசுகவி, வரகவி, மதுரகவி, வித்தாரக்கவி என, கவிஞர்களில் நான்கு வகையான கவிஞர்கள் உண்டு. ஆசுகவிகளுக்கு எவ்வித இலக்கணங்களும் இல்லை. அவர்கள் எதைப்பற்றியும் எப்படியும் எழுதுவார்கள்; பாடுவார்கள். வரகவி என்பவர்கள், பெரும்பாலும் ஜமீன்தார்களையும் அரசர்களையும் செல்வந்தர்களையும் புகழ்ந்து பாடி யாசகம் பெறுபவர்கள் ஆவார்கள்.

மதுரகவி என்பவர்கள், அழகுணர்ச்சியைப் பாடுவதற்கு முக்கியத்துவம் கொடுப்பார்கள். இயற்கையின் அழகை, பெண்களின் அங்க அவயங்களை, காதல், காம வார்த்தைகளை அதிகம் பிரயோகித்து எழுதுவார்கள். பெரும்பாலான கவிஞர்கள் மதுரகவிகளே.

அடுத்தது, வித்தாரக்கவி. ஒரு வார்த்தை எழுதுவதற்குக்கூட மணிக்கணக்காகவும் நாட்கணக்காகவும் காத்திருந்து, சிந்தித்து, தன்னை வருத்திக்கொண்டு, என்றென்றும் காலத்தால் அழிக்க முடியாத, காலம் சுமந்துகொண்டோ அல்லது காலத்தில் மிதந்துகொண்டோ வருகின்ற வார்த்தைகளைக் கண்டடைந்து கவிதைகள் எழுதுவார்கள்.

“யாதும் ஊரே யாவரும் கேளிர்”,

“பிறப்பொக்கும் எல்லா உயிர்க்கும்”,

“வாடிய பயிரைக் கண்டபோதெல்லாம் வாடினேன்”,

“காக்கை குருவி எங்கள் ஜாதி”

“தனியொருவனுக்கு உணவில்லை எனில் ஜகத்தினை அழித்திடுவோம்”

மேற்கண்ட கவிதை வரிகள் எல்லாம், காலத்தின் மீதேறி ஆண்டாண்டு காலமாக உலகம் உள்ள வரை பயணிக்கும் வரிகள்.

நான் எழுதியுள்ள கவிதைகளை, கவிதைகள் என்று சொல்லாமல் “தன்போக்குக் கவிதைகள்” என்று சொல்லலாம். ஏனெனில், இவைகளை எழுதுவதற்கு நான் சிந்திக்கவில்லை; என்னை வருத்திக்கொள்ளவில்லை; காலங்களைச் செலவிடவில்லை. ஒருவ்வகையான ஆசுகவி மாதிரி அப்போதுக்கப்போது தெறித்து விழுந்த வெறும் வார்த்தைக் கோர்வைகளே இவைகள்.

இவைகளைப் புத்தகமாக வெளியிடுவதற்காகத் தம்பி ஏர் மகாராசன் என்னிடம் அனுமதி கேட்டபோது, அவைகள் கவிதைகள் இல்லை என்று நான் சிரித்துக்கொண்டே சொன்னேன். அனுமதியை மட்டும் தாருங்கள் என்று விரும்பி வாங்கி, புத்தகமாக்கியிருக்கும் தம்பி ஏர் மகாராசனுக்கும், இந்நூலைப் பதிப்பித்து வெளியிட்டிருக்கும் யாப்பு பதிப்பகத்தாருக்கும் நன்றிகள் பல.

அன்புடன்
சோ.தர்மன்,
சாகித்திய அகாதமி விருது பெற்ற எழுத்தாளர்,
கோவில்பட்டி.

சோ.தர்மன் கவிதைகளும் தமிழ் இலக்கிய மரபின் நவீனப் புலப்பாடும்:

மகாராசன்

தமிழ் நிலத்தின் தெக்கத்திக் கரிசல் வட்டாரச் சமூக வாழ்வியலையும், அந்நிலத்தின் பண்பாட்டு வரைவியலையும் தமது கதைப்படைப்புகளின் வாயிலாக உயிர்ப்புடன் புலப்படுத்திக்கொண்டிருப்பவர் எழுத்தாளர் திரு சோ.தர்மன் அவர்கள்.

வேளாண் மரபும், கூத்து மரபும், எழுத்து மரபும் சார்ந்த வாழ்வியல் பின்புலமானது சோ.தர்மன் அவர்களைத் தமிழ் இலக்கியப் பேருலகில் மிகச் சிறந்த படைப்பாளியாக மிளிரச் செய்திருக்கிறது. தூர்வை, கூகை, சூல், வௌவால் தேசம், பதிமூனாவது மையவாடி போன்ற பெருங்கதைப் புனைவுகளின் வழியாகவும், பல்வேறு சிறுகதைகளின் வாயிலாகவும் தேர்ந்த கதைசொல்லியாகத் தமிழ்ச் சமூகத்தில் அறியப்பட்டிருக்கும் சோ.தர்மன், பல்வேறு நாடகப் பனுவல்களையும் எழுதியிருக்கிறார். வானொலி நாடகங்களாகவும் அவை ஒலிபரப்பாகி இருக்கின்றன.

விவசாயி, பஞ்சாலைத் தொழிலாளி, தொழிற்சங்கவாதி, கதையாசிரியர், நாடக ஆசிரியர், சொற்பொழிவாளர், பண்பாட்டு வழக்காற்று ஆய்வாளர் எனும் பன்முகப் பரிமாணங்களோடு திகழும் சோ.தர்மன், தமிழ் மரபின் சாயலை உள்வாங்கிய நவீனக் கவிதைகளையும் அவ்வப்போது எழுதியிருக்கிறார். அவ்வகையில், கவிஞர் எனும் பரிமாணத்தையும் உள்பொதித்து வைத்திருந்தவர்தான் சோ.தர்மன்.

தமிழில் அறியப்படும் பெரும்பாலான எழுத்தாளர்கள் கவிதை எனும் வடிவத்தில்தான் முதலில் எழுதத் தொடங்கியிருப்பார்கள். அதன்பிறகுதான் சிறுகதை, புதினம் எனப் புனைகதை வடிவங்களில் நுழைந்திருப்பார்கள். அவ்வாறுதான் சோ.தர்மனும் எழுத்துலகிற்குள் நுழையும்போது கவிதை எனும் வடிவத்தில்தான் எழுதத்

தொடங்கியிருக்கிறார். ஆனாலும், கவிதை வடிவத்தைக் காட்டிலும் கதை சொல்லல் வடிவம்தான் அவரது படைப்பாக்கங்களை வளப்படுத்துவதற்குத் தோதாக அமைந்திருக்கிறது எனக் கருதியிருக்கிறார்.

அதாவது, கவிதையில் சொல்ல முடியாததைச் சிறுகதையிலும், சிறுகதையில் சொல்ல முடியாததைப் பெருங்கதைகளிலும் சொல்வதற்கான விரிந்த பரப்பும் சுதந்திரமும் இருக்கின்ற காரணத்தால், கவிதைப் படைப்புகளைக் காட்டிலும் புனைகதைப் படைப்புகளை எழுதுவதற்குத்தான் முக்கியத்துவம் அளித்திருக்கிறார்.

இதைக் குறித்து அவர் கூறுகையில், “எல்லோரும்போல நானும் கவிதைகள்தான் எழுதிக் கொண்டிருந்தேன். இளம் வயது. அந்தநேரம் வயதுக்கேற்ற கவிதைகளைத்தான் எழுதினேன். கவிதை என்றால் என்ன என்று தெரியாமலேயே நான் கவிதை எழுதிக்கொண்டே இருந்தேன். இருபத்தைந்து வயதில் காதல் கவிதைகளும் இயற்கை வருணனைகளும்தான் எழுத முடிந்தது. என்னுடைய வாசிப்பு அதிகமாக அதிகமாக நான் நினைத்ததைக் கவிதையில் சொல்ல முடியாத ஒரு சூழல் உருவாகியது” என்கிறார்.

மேலும், “சங்க இலக்கியங்கள் படித்த பிறகு நாம் எழுதினதெல்லாம் கவிதையா? என்று நினைக்கத் தோன்றியது. கவிதைகள் எவ்வளவு பொதுமைப்படுத்தப்பட்டிருக்கிறது. இன்றைக்கு, பெண் ஆணையும், ஆண் பெண்ணையும் வர்ணிப்பதுதான் கவிதையாக இருக்கிறது. அதனால்தான் நான் கவிதையை விட்டுவிட்டுக் கதைக்குள் சென்றேன். உரைநடைக்குள் போனால் நமக்கு விசாலமான இடம் கிடைக்கிறது. கவிதையில் சொல்வதைவிடச் சிறுகதையில் நாம் நிறையச் சொல்லலாம்” என்கிறார்.

தினமணி, தினக்கதிர், நீலக்குயில், ஆனந்த விகடன், அக்கு, முகரம், சதங்கை போன்ற இதழ்களில் தொடக்க காலத்தில் அவர் எழுதிய கவிதைகள் வெளிவந்திருக்கின்றன. ஆயினும், அக்காலத்தில் அவர் எழுதிய கவிதைகள் யாவும் அவரது கைவசத்தில்கூட இல்லாமல் போயின. புனைகதை எழுத்துகளில் தீவிரம் காட்டியபிறகு எப்போதாவது அவர் எழுதிய கவிதைகளைச் சமூக ஊடகங்களில் பகிர்ந்தும் வந்திருக்கிறார்.

சோ.தர்மனின் புனைகதை எழுத்துகளையும், சமூக ஊடகங்களில் அவர் பதிவிடும் கருத்துகளையும், அவரது

சொற்பொழிவுகளையும் ஒருசேரக் கவனிக்கையில், அவ்வப்போது அவர் எழுதிய கவிதைகளும் தனித்துவச் சாயல் கொண்ட புலப்பாட்டுத் தொனியையும், கவிதைப் பொருண்மையின் ஆழத்தையும் கொண்டிருப்பதை உணர முடியும்.

புனைகதை எழுத்துகளில் அவர் விவரிக்கும் கதைக்களமும் கதை மாந்தர்களும் வாழ்க்கைப்பாடுகளும்தான் அவரது கவிதைகளிலும் இடம்பெற்றிருக்கின்றன. அவர் வாழும் நிலமும் அவரது அனுபவங்களுமே அவரது கவிதையின் பாடுபொருளாய் விரிந்திருக்கின்றன.

அவரது ஒவ்வொரு கதைகளையும் படித்த பிறகு ஏற்படுகிற வாசிப்பு உணர்வின் மனநிறைவும் அனுபவப்பாடுகளின் உள்வாங்கலும் அவரது கவிதைகளைப் படிக்கிறபோதும் ஏற்படுகின்றன. அதேபோல, கவிதை எனும் இலக்கிய வடிவத்திற்கான பொருண்மைச் செறிவும், மனித வாழ்வின் அனுபவப் போக்கைக் குறித்தத் தத்துவச் செறிவும் உள்ளீடாகப் பரவிக் கிடக்கின்றன.

சோ.தர்மன் கவிதைகள் யாவற்றையும் ஒருசேர வாசிக்கும்போது, அக்கவிதைகள் யாவும் தமிழ்த் திணை இலக்கிய மரபின் நவீனக் கவிதை வடிவமாய் இருப்பதை அறிய முடியும். அவ்வகையில், தமிழ் இலக்கிய மரபின் வேரும், நவீன இலக்கியத்தின் துளிருமாய் அவரது கவிதைகள் மனித வாழ்வின் பச்சையத்தைப் பேசுகின்றன.

தமிழ்க் கலை இலக்கிய மரபானது, பன்மைத் தன்மைகளை உள்ளீடாகக் கொண்டிருக்கும் தனித்துவம் நிரம்பியது. மேலும், ஒற்றைத் தன்மையோ அல்லது ஒரு போக்குத் தன்மையோ கொண்டிராமல், பன்முக மரபுகளையும் செழிக்கச் செய்திருக்கும் நெடிய வரலாற்றையும் கொண்டிருப்பதாகும்.

நிலம் சார்ந்த பல்வேறு வட்டார மரபுகளையும், தொழில் வழக்காறுகளையும், அனுபவப்பாடுகள் நிரம்பிய மனித வாழ்வியலையும், பல்வேறு வகைப்பட்ட மனித உணர்வுகளையும், சமூகப் பண்பாட்டுக் கோலங்களையும் கலை இலக்கியப் படைப்புகளாக வடிவமைக்கும்போது, அவற்றின் உள்ளடக்கம், உள்ளடக்கத்தில் வருகிற மனித வாழ்வியல், வெளிப்பாட்டு வடிவம், படைப்புக் கண்ணோட்டம் போன்றவை இருவேறு புலப்பாட்டு நெறிகளை உருவாக்கியிருக்கின்றன.

அதாவது, வாய்மொழி நிகழ்த்து வடிவங்களைக் கொண்ட நாட்டுப்புறப் படைப்பாக்க மரபுகளாகவும், எழுத்து வடிவங்களால் நிலைப்படுத்தப்பட்ட செவ்வியல் படைப்பாக்க மரபுகளாகவும் வடிவமைந்திருக்கின்றன. அவ்வகையில், வாய்மொழி மரபிலும் எழுத்து மரபிலும் செழித்து வளர்ந்துகொண்டிருக்கும் பாங்கை, தமிழ் கொண்டிருக்கிறது.

இத்தகைய இருவேறு மரபுகளும் இணைகோட்டு மரபாகவும், கலை இலக்கியக் கோட்பாட்டு மரபாகவும்கூட செழுமையடைந்திருக்கின்றன. இத்தகைய இருவேறு மரபுகளைத்தான்

"நாடக வழக்கினும் உலகியல் வழக்கினும்
பாடல் சான்ற புலனெறி வழக்கம்"

என்கிறது தொல்காப்பியம். மேற்குறித்த சூத்திரத்திற்கு உரையெழுதும் இளம்பூரணர், "நாடக வழக்காவது சுவைபட வருவனவெல்லாம் ஓரிடத்து வந்தனவாகத் தொகுத்துக் கூறுதல். உலகியல் வழக்காவது உலகத்தார் ஒழுகலாற்றோடு ஒத்து வருவது" எனக் கூறுகின்றார்.

மனித வாழ்வின் அகப்பாடுகளையும், மனிதரைச் சூழ்ந்திருக்கும் புறவுலகையும் புலப்படுத்துவதுதான் இலக்கியப் படைப்பின் மூலப்பொருள் ஆகும். இத்தகைய இலக்கியத்தைப் புனைவாகவும் புனைவுமொழியிலும் புலப்படுத்துவதை 'நாடக வழக்கு' என்பதாகக் கூறப்படுகிறது.

இத்தகைய நாடக வழக்கானது செய்யுள் மொழியாகவும், பிற்காலத்தில் புனைவுமொழியாகவும் வடிவமைந்திருப்பதைக் குறிக்கிறது. 'உலகியல் வழக்கு' என்பது, மனித வாழ்வியலை உள்ளதை உள்ளபடியாகப் புலப்படுத்தும் நடப்பியல் தன்மையையும் பேச்சுவழக்கு மொழி வடிவத்தையும் குறிப்பதாகக் கருதலாம்.

மக்களின் வாழ்க்கையில் காணப்பெறும் பேச்சு வழக்கும், புனையப்படும் செய்யுள் வழக்கும் இலக்கியத்தில் பதிவாகின்றன. அதனால், இலக்கியத்தில் நாடக வழக்கும் உலகியல் வழக்கும் கலந்து காணப்பெறுகின்றன. இத்தகைய நாடக வழக்கிலும் உலகியல் வழக்கிலும் உருவாக்கப்படும் இலக்கியப் படைப்பாக்கத்தையே 'புலனெறி வழக்கம்' எனச் சுட்டுகின்றனர் தமிழ் இலக்கண மரபினர்.

புலம், புலன், புலனெறி, புலமை, புலவர், புலயர் போன்ற சொற்கள் நிலம், ஐம்புலன்கள், அறிவு போன்ற பொருண்மையைச்

சுட்டக்கூடியவை. நிலம் சார்ந்த பின்புலத்தில் பெறப்பட்ட ஐம்புல நுகர்வைப் புலப்படுத்தும் மன அறிவே புலனெறி என்பதாகும்.

இத்தகைய அறிவால் படைக்கப்படும் இலக்கிய இலக்கணப் படைப்பாக்க நெறியே 'நூலறிவுப் புலம்' எனப்படுகிறது. நூலறிவுப் புலத்தை வளர்த்துக் கொண்டவரே புலவர். புலவர்களின் படைப்பாக்கத் திறமே புலமையாகும். அத்தகுப் புலமையால் படைக்கப்படும் இலக்கிய இலக்கணங்கள் யாவும் புலம் - புலன் என்பதாகும். அதனால்தான்,

"புலன் நன்குணர்ந்த புலமையோரே"

எனத் தொல்காப்பியரும்,

"புலம் தொகுத்தோனே போக்கறு பனுவல்"

எனப் பனம்பரனாரும் சுட்டுகின்றனர்.

'புலன்' என்னும் இந்தச் சொல் இலக்கிய இலக்கண நூலறிவைக் குறிக்கும் அதேவேளையில், செய்யுள் உறுப்புகளுள் ஒன்றாகவும் குறிக்கப்படுகிறது.

"சேரி மொழியாற் செவ்விதின் கிளந்து
தேர்தல் வேண்டாது குறித்தது தோன்றின்
புலனென மொழிப புலனுணர்ந்தோரே"

என, எட்டுவகை இலக்கிய வனப்புகளுள் ஒன்றாகப் புலன் என்பதையும் தொல்காப்பியம் குறிப்பிடுகிறது.

இந்த நூற்பாவின் முதல் சீரினைத் 'தெரிந்த' என்ற சொல்லாகப் பாடம் கொள்கிறார் இளம்பூரணர். 'தெரிந்த மொழியால்' என்று பாடங்கொண்டதைப் பேராசிரியரும் நச்சினார்க்கினியரும் 'சேரி மொழியால்' என்றே பாடங்கொள்கின்றனர்.

இந்த நூற்பாவிற்கு உரையெழுதும் இளம்பூரணர், "வழக்கச் சொல்லினானே தொடுக்கப்பட்டு, ஆராய வேண்டாமல் பொருள் தோன்றுவது புலனென்னும் செய்யுள் என்று உரைக்கின்றார்.

அதேபோல, செவ்விதாகக் கூறி, ஆராய்ந்து காணாமைப் பொருள் தொடரானே தொடுத்துச் செய்வது புலனென்று சொல்லுவர் புலன் உணர்ந்தோர். அவை விளக்கத்தார் கூத்து முதலாகிய நாடகச் செய்யுளாகிய வெண்டுறைச் செய்யுள் போல்வன என்பது கண்டு கொள்க" என்று உரை விளக்கம் தருகின்றார் பேராசிரியர்.

இக்கருத்தை வழிமொழிந்தேதான் நச்சினார்க்கினியரின் உரைக் கருத்தும் அமைந்திருக்கிறது. அதாவது, "செவ்விதாகக் கூறப்பட்டு, ஆராய்ந்து காணாமை, பொருள் தானே தோன்றச் செய்வது புலனென்று கூறுவார் அறிவறிந்தோர். அவை விளக்கத்தார் கூத்து முதலிய வெண்டுறைச் செய்யுளென்று கொள்க" என்று பேராசிரியரின் கருத்தை ஒட்டியே பொருள் உரைக்கின்றார் நச்சினார்க்கினியர்.

மேலும், "பலருக்கும் தெரிந்த வழக்குச் சொல்லினாலே செவ்விதாகத் தொடுக்கப்பட்டு, குறித்த பொருள் இதுவென ஆராய வேண்டாமல், தானே விளங்கத் தோன்றுவது புலன் என்னும் வனப்புடைய செய்யுளாம் என்பர் இலக்கண நூலுணர்ந்த ஆசிரியர்கள்" என்று ஆய்வுரை வழங்குகின்றார் க.வெள்ளைவாரணர்.

புலன் என்பதற்குத் தொல்காப்பியம் தருகிற கருத்தும், அந்நூற்பாவிற்கு உரையாசிரியர்கள் தந்திருக்கிற உரைக் கருத்துகளும் உலகியல் வழக்கான பேச்சு வழக்கைத்தான் குறிக்க வருகின்றன. அதிலும் குறிப்பாக, வட்டார வழக்கு, சிற்றூர்ப் பேச்சு வழக்கு, கிராமிய வழக்கு எனப்படுகிற நாட்டுப்புற வழக்கு என்பதைத்தான் குறிப்பதாகக் கருத முடிகிறது. அந்தவகையில், புலன் என்பது எல்லோர்க்கும் பொருள் தெரிந்த சொல்லால் அமைக்கப்படும் இலக்கியம் என்பதாகக் கொள்ளலாம்.

தமிழ்ச் சிற்றிலக்கிய வகையில் ஒன்றாகக் குறிக்கப்படும் பள்ளு நூல்கள் அனைத்தும் புலன் என்னும் வனப்பைச் சார்ந்த இலக்கியங்கள்தான். பெரும்பான்மை மக்கள் மொழியிலும் வட்டாரத் தன்மையிலும் அமைந்திருக்கும் நாட்டுப்புற இலக்கிய வடிவங்கள் யாவுமே புலன் என்னும் இலக்கிய வனப்பின் விளைச்சல்கள்தான்.

மேலும், "புலனென்பது, இயற்சொல்லால் பொருள் தோன்றச் செய்யப்படும் பாட்டு" என்று யாப்பருங்கலவிருத்தி ஆசிரியர் அமிதசாகரர் மொழிகின்றார். அதாவது, உலகியல் வழக்கில் இயம்பும் சொற்களால் இயற்றப்படும் இலக்கிய வனப்பே புலன் என்பதாகும். அவ்வகையில், சோ.தர்மன் கவிதைகள் யாவும் தமிழ் இலக்கிய மரபின் 'புலன்' எனும் வனப்பைச் சார்ந்தவையாக முகம் காட்டுகின்றன.

அதாவது, தற்காலத்திய நவீனக் கவிதைகளில் பெரும்பான்மையாகத் தென்படுகிற இருண்மையோ, பூடகமோ, ஒளிவுமறைவோ, பாசாங்குத்தனமோ எதுவுமின்றி, மிக எளிமையான

புலப்பாட்டு நெறிகளைக்கொண்ட நவீனக் கவிதைகளாகத்தான் அவரது கவிதைகள் வடிவமைந்திருக்கின்றன.

எளிமை மிக இயல்பானது; நுட்பமானது; அழகானது. வாய்மொழி இலக்கிய மரபில் காணப்படுகிற பாட்டுகளும் கதைகளும் பழமொழிகளும் இன்ன பிற நாட்டுப்புற இலக்கிய வடிவங்கள் யாவுமே எளிமையானதும் நுட்பமானதுமான மொழிப் புலப்பாட்டையும் அழகியலையும் கொண்டிருப்பவை.

அதேபோன்றுதான், சோ.தர்மன் கவிதைகளும் வெள்ளந்தியாகவும் வாஞ்சையாகவும் எளிமையாகவும் அமைந்திருக்கின்றன. மேலும், சோ.தர்மனின் கவிதை மொழியானது, தனித்துவக் கவிதை அழகியல் வடிவத்தையும் நுட்பமான பொருண்மை ஆழத்தையும் பெற்றிருக்கிறது.

தொல்காப்பியம் குறிப்பிடுகிற 'நாடக வழக்கு' என்பதற்குப் புனைவுச் செய்யுள் அல்லது புனைவுமொழி இலக்கியம் என்பதான பொருளில்தான் உரையாசிரியர்கள் எடுத்துரைக்கின்றனர். நாடக வழக்கு என்பதை, நாடக நிகழ்த்து வடிவங்களில் இடம்பெறுகிற 'உரையாடல் பாங்கு' அல்லது 'உரையாடல் வடிவம்' என்பதாகவும் பொருள் கொள்ள வாய்ப்புண்டு.

உலகியல் வழக்கு என்பதற்கும், புலன் என்பதற்கும் விளக்கமளிக்கும் உரையாசிரியர்கள், அதற்குச் சான்றாக 'விளக்கத்தார் கூத்து' எனும் நிகழ்த்துப் பனுவல் ஒன்றைச் சுட்டுகின்றனர்.

பேராசிரியரும் நச்சினார்க்கினியரும் குறிப்பிடும் விளக்கத்தார் கூத்து என்பது, அவர்கள் காலத்தில் வழக்கிலிருந்த நாடகச் செய்யுள் நூலாக இருந்திருக்கிறது. அக்கூத்து நூல் எல்லோர்க்கும் பொருள் இனிது புலனாகியிருக்கிறது.

சோ.தர்மனின் பெரும்பாலான கவிதைகள், நாடகக்கலை மரபிலும் கூத்துக் கலை மரபிலும் இடம்பெறுகிற உரையாடல் பாங்கு வடிவத்திலேயே அமைந்திருக்கின்றன. கூத்து மற்றும் நாடக நிகழ்த்து மரபில் இடம்பெறுகிற நடிப்புக் கூறுகள் நிகழ்த்துக் கலை வடிவத்தையும், அவற்றில் இடம்பெறுகிற உரையாடல் பகுதிகள் இலக்கியக் கலை வடிவத்தையும் ஒருசேரக் கொண்டிருப்பவை.

நாடக மற்றும் கூத்துக் கலை மரபில் இடம்பெறுகிற கதைமாந்தர்களின் உரையாடல் பாங்கு வடிவத்தை இலக்கியப் படைப்பாக்கத்தில் பயன்படுத்துகிறபோது இலக்கியப் பனுவலும் ஓர்

நிகழ்த்துப் பனுவலாய் வடிவம் கொள்கிறது. அதாவது, கவிதைக்குள் இடம்பெறும் உரையாடல்கள், கவிதை எனும் இலக்கியப் பனுவலை நிகழ்த்துப் பனுவலாகவும் மாற்றிவிடுகின்றன.

சோ.தர்மனின் பெரும்பாலான கவிதைகள், கவிதை எனும் இலக்கியப் பனுவலாகவும் இருக்கின்றன; கவிதைகளுக்குள் இடம்பெறும் உரையாடல்கள் நிறைந்த நிகழ்த்துப் பனுவலாகவும் அமைந்திருக்கின்றன. அவரது இளவயதுக் காலகட்டத்தில் அமையப்பெற்ற கூத்து மரபின் பின்புலச் சூழல்தான், கவிதைகளுக்குள் உரையாடல் பாங்கு இடம்பெற்றதற்கான காரணமாக அமைந்திருக்கக் கூடும்.

வேளாண் தொழில் மரபோடு கூத்து மரபும் ஊடாடிக் கிடந்த தமது குடும்பப் பின்புலம் குறித்து அவர் கூறும் பகுதிகள் இங்கு கவனிக்கத்தக்கவை. “கூத்துக் கலையைப் பார்க்க எனது பதின்மூன்று வயதுவரை வாய்ப்புக் கிடைத்துக் கொண்டே இருந்தது. எனது தந்தை என்னைச் சிறுவயதிலேயே கூத்து நடக்கும் இடத்திற்கெல்லாம் அழைத்துக்கொண்டு போய் நடிப்பார். எல்லா ஊர்களுக்கும் போவார்கள்.

அவர்கள் ஆடும் ஆட்டம், காட்சி, பாடல்கள் எல்லாமே சேர்ந்துதான் எனக்குள் வாசிப்பிற்கு உண்டான விதை விழுந்திருக்கும் என்று நினைக்கிறேன். அவர்களின் கூத்துக் கலையை எனது பதின்மூன்றாவது வயதிற்குப்பின் நிறுத்தி விட்டார்கள். அப்போது என் மனதிற்குள் ஒரு வெற்றிடம் ஏற்படுகிறது. அந்த வெற்றிடம்தான் என்னை வாசிப்பிற்குள் நுழைத்து இருக்கும் என்று நினைக்கிறேன்.

இந்த உலகத்தில் யாருக்குமே கிடைக்காத பாக்கியம் எனக்குக் கிடைத்தது பெரும் பாக்கியம். நான் ராமனின் தோள்களில் பயணப்பட்டிருக்கேன். சீதையின் மடியில் படுத்து உறங்கியிருக்கேன். அனுமனின் விகார முகமும் நீண்ட வாலும், மாயமான் மாரீசனின் கொம்புகளும் என் விளையாட்டுப் பொருட்கள்.

ஒயில் கும்மி என்று சொல்லக்கூடிய ராமாயணக் கூத்தில் என் அய்யாதான் ராமர் வேசம். என் மாமா லட்சுமணன் வேசம். சின்னைய்யா சீதை வேசம். இவர்கள் தூக்கி விளையாடும் செல்லப்பிள்ளையாய் நான். கடைசிவரை கூத்தைக் கடவுளாகப் போற்றி ராமனாகவே வாழ்ந்து மறைந்தவர் என் அய்யா. அவர் என்னுள் விதைத்துச் சென்ற கதைகளையே நான் உங்களுக்குச் சொல்லிக் கொண்டிருக்கேன்.

வெற்றிலையை இரண்டாக மடித்து, காம்பு கிள்ளி, நரம்பை உரித்து, நான்காய் மடித்து, அண்ணாந்து வாயில் வைத்தவுடன் பீமனும் கீசகனும் யுத்தம் செய்யும் கதையை எங்கள் அய்யா சொல்லும் அழகே அழகு” என்கிறார்.

நாடகம் மற்றும் கூத்துக் கலை மரபில் இடம்பெறும் உரையாடல் பாங்கு, சங்க காலத் திணை இலக்கிய மரபிலும் காணக்கூடிய வடிவமாக இருக்கின்றது. அத்தகைய உரையாடல் பாங்கைத்தான் ‘கூற்று முறை’ எனக் குறிப்பிடுகின்றனர். சங்க கால அகப்பொருள் சார்ந்த திணைநிலைக் கவிதைகள் யாவும் கதை மாந்தர் கூற்றுகளாகவே அமைந்திருக்கும் பாங்குடன் திகழ்கின்றன.

உரையாடல் பாங்கு அல்லது கூற்று முறைப் பாங்கு, கவிதைப் புலப்பாட்டின் ஓர் உத்தி முறையாகவே பயின்று வந்திருக்கிறது. கவிதைப் படைப்பின் பொருண்மையை விளக்கப்படுத்தும் வகையில் கதை மாந்தர் கூற்றுகளாகவே தமிழ் மரபின் அகத்திணைக் கவிதைகள் அமைந்திருக்கின்றன.

தலைவன், தலைவி, தோழி, செவிலி, பார்ப்பான், பாங்கன், பாணண், கூத்தன், விறலி, பரத்தை, அறிவர், கண்டோர் ஆகிய பன்னிரு மாந்தர்கள், அகப்பொருள் கூற்று நிகழ்த்துதற்கு உரியர் என்கிறது தொல்காப்பியம். மேற்குறித்த கதை மாந்தர்கள் கூறுவது போலவே சங்க கால அகப் பாடல்கள் பாடப்பட்டிருக்கின்றன.

அகப்பொருள் செய்திகளைக் கதை மாந்தர் கூற்றுமுறையில் அமைத்துப் பாடும்போது, ‘ஒருவர் கூற்று’ முறையில் (Monologue) அமைத்துப் பாடுதல், ‘இருவர் தம்முள் மாறி மாறி உரையாடும்’ முறையில் (Dialogue) அமைத்துப் பாடுதல் எனும் இருவகைக் கூற்று முறையில் அக்காலப் புலவர்கள் பாடியிருக்கின்றனர். ஓர் அழகிய நாடகக் காட்சியைக் கவிதைக்குள் கொண்டுவந்து நிறுத்தும்படியாகத்தான் கூற்று முறைகளும் உரையாடல் பாங்கும் அமைந்திருக்கின்றன.

ஒருவரோ இருவரோ அல்லது பலரோ கூறுவதுபோல கவிதைக்குள் கூற்றுகள் இடம்பெறலாம். எனினும், இருவரோ அல்லது ஒருவரோ கூறுவதுபோல கவிதை அமைவதும், குறைந்தளவு ஒருவரது கூற்றாவது அகப்பொருள் கவிதையில் அமைவதும் சிறப்பாகக் கருதப்பட்டிருக்கிறது.

சங்க கால அகப்பாடல்கள் பலவும் ‘ஒருவர் கூற்று’ முறையில் அமைந்தவை என்பது குறிப்பிடத்தக்கது. இத்தகைய

ஒரு கூற்று முறையில் அமைந்த கவிதைகளை "நாடகத் தனிக்கூற்று வகைப் பாடல்கள் (Dramatic Monologues)" என்கிறார் அறிஞர் மு.வரதராசனார்.

சங்க கால அகப்பொருள் இலக்கியப் புலப்பாட்டு நெறியான கூற்று முறை உரையாடல் பாங்கிலான கவிதைகளின் நவீன வடிவமாகத்தான் சோ.தர்மன் கவிதைகளும் அமைந்திருக்கின்றன.

அகப்பொருளை மட்டுமல்ல, சமூக வாழ்வின் புறப்பொருளையும்கூட கூற்று முறை உரையாடல் பாங்கிலான கவிதை வடிவத்தில் புலப்படுத்தியிருக்கிறார். இத்தகையப் புலப்பாட்டு நெறிதான் இவரது கவிதைகளின் தனித்துவ வடிவமாக அமைந்திருப்பது நோக்கத்தக்கதாகும்.

நாடக உரையாடல் பாங்கில் அமைந்திருக்கும் அகத்திணைக் கவிதைகளின் குறிப்பான தன்மை

"சுட்டி ஒருவர் பெயர்கொளப் பெறாஅர்"

என்பதாகும். அதாவது, கவிதையை வாசிக்கிற ஒருவர் இந்தக் கவிதை இன்னாருடைய அனுபவம்; இன்னாரைப் பற்றியது என்பதான தரவுகளைப் பெற்றுவிடக் கூடாது.

மாறாக, கவிதையில் பதியம் போட்ட உணர்வுகளை வாசகரும் உள்வாங்கி அசைபோட்டுக்கொள்கிற வாய்ப்பைப் பெற்றுக் கொள்ளமுடியும். இதையே 'அகப்பொருள் மரபு' என்கிறார்கள். அகப்பொருள் மரபில் கவிதைகளைப் பின்னுகிறபோது பல்வேறு உத்திகளைப் படைப்பாளர்கள் கையாண்டுள்ளனர்.

அகப்பொருள் மரபிற்கெனச் சில இலக்கிய உத்திகளை இலக்கண நூலாகிய தொல்காப்பியம் குறிப்பிடுகிறது. சங்ககால அகத்திணைக் கவிதைகள் வேறு வேறு பொருள்கோடலுக்கும் வழிவகுப்பதாக 'அகப்பொருள் உத்திகள்' அமைந்திருக்கின்றன. அவற்றுள் 'உள்ளுறை' மற்றும் 'இறைச்சி' ஆகியன குறிப்பிடத்தக்கவை.

"உள்ளுறுத்து இதனோடு ஒத்துப் பொருள் முடிக"

எனச் சொல்வது உள்ளுறை உத்தி. அதேபோல,

"இறைச்சிதானே பொருட் புறத்ததுவே"

எனவும் சுட்டுகிறது தொல்காப்பியம்.

அதாவது, கவிதையின் நேரடிப் பொருள் என ஒன்று இருக்கும். அக்கவிதைவழிப் பெற்றுக்கொள்கிற மறைபொருள் வேறொன்றாக அமைந்திருக்கும். பொதுவாகவே சில சொற்கள் மேலோட்டமான பொருளையும் (Surface meaning) உள்ளீடான பொருளையும் (Deep meaning) கொண்டிருப்பதைப் பார்க்கலாம்.

அகத்திணைக் கவிதைகள் பெரும்பாலும் வேறொன்றைச் சொல்லி, குறிப்பானதை விளக்கி நிற்கும் நுட்பம் கொண்டவை. இந்த இலக்கிய நுட்பத்திற்குத் துணை செய்யும் வகையிலே 'முதற்பொருள்' எனப்பெறும் 'நிலங்களும் பொழுதுகளும்' கவிதையில் பயின்று வரும். அதேபோல, நிலத்திலே காணலாகும் உயிர் மற்றும் உயிரற்ற பொருட்களும் பரவி நிற்கும். இதைக் 'கருப்பொருள்' என்கிறார்கள்.

ஆக, முதற்பொருளும் கருப்பொருளும் இணைந்த 'இயற்கைப் பின்னணி' அகத்திணைக் கவிதைகளுக்கு உயிர் கொடுப்பதாக அமைந்திருக்கிறது.

இயற்கைப் பின்னணி மூலமாகக் கவிதை செதுக்கி, மனிதர்க்கு உரித்தான செய்தியைச் சொல்கிறபோது 'உரிப்பொருள்' என்றாகிறது. அவ்வகையில், சங்க காலத்திய அகத்திணைக் கவிதைகள் யாவும் அய்ந்துவகை உரிப்பொருள்களைத் தன்வயம் கொண்டிருக்கின்றன. அக்கவிதைகள் கட்டியெழுப்பிய சொல்லாடல்களைக் கடந்து ஊடிழையாடிப் பார்க்கும்போது கவிதையின் நேரடிப் பொருளிலிருந்து வேறொன்றைப் புரிந்து கொள்ள முடியும்.

சோ.தர்மன் கவிதைகள் நவீன வாழ்வின் போக்குகளையும், மனித அனுபவங்களையும்தான் பேசுபொருளாக முன்வைத்திருக்கின்றன. கரிசல் வட்டாரத்தின் நிலத்தையும் பொழுதையும் முதற்பொருளாகக் கொண்டு, அவ்வட்டாரத்தின் உயிர்ப் பொருட்களையும் உயிரற்ற பொருட்களையும் கருப்பொருளாகக் கொண்டு, அவற்றின் மூலமாக ஒவ்வொரு கவிதையின் வாயிலாகவும் ஓர் உரிப்பொருளைப் புலப்படுத்துகிறார் சோ.தர்மன்.

தாம் வாழும் வட்டார நிலம், குளங்கள், கண்மாய்கள், நீர்நிலைகளில் வாழும் மீன்கள் மற்றும் பறவைகள், வெள்ளாமைப் பயிர்கள், குளக்கரை மரங்கள் மற்றும் தெய்வங்கள், தம்மைச் சுற்றியிருக்கும் மனிதர்கள் யாவற்றோடும் உரையாடும் தொனியில், கூற்று முறையில் அமைந்த உரையாடல் பாங்கைத் தம் கவிதைகள் முழுக்கக் கையாண்டிருக்கிறார்.

நாடகக் காட்சியாய் விரியும் அவரது கவிதைகள் நவீனக் கவிதைக்கான படிமங்களைக் காட்டுகின்றன. அக்கவிதைகளில் பொதிந்திருக்கும் உள்ளீடான பொருண்மைகள் குறியீட்டுத் தன்மையுடனும் நவீனம் பெற்றிருக்கின்றன. அதாவது, சோ.தர்மன் கவிதைகள் உரையாடல் பாங்கிலான கூற்றுகளையும், காட்சிப் படிமங்களையும், குறியீட்டுப் பொருண்மைகளையும் கொண்ட கவிதை வடிவத்துக்குள் நவீன வாழ்வின் போக்கைக் குறித்த எளிய தத்துவம் போல் போதித்துச் செல்கின்றன.

அகம் சார்ந்ததாகவோ அல்லது புறம் சார்ந்ததாகவோ அல்லது எழுத்து மரபு சார்ந்ததாகவோ அல்லது வாய்மொழி மரபு சார்ந்ததாகவோ உருவாக்கம் பெறுகிற கவிதை அல்லது "இலக்கியம் என்பது, எந்தக் காலத்திலும் நூற்றுக்கு நூறு வீதம் நேரடியான சமுதாயச் சித்திரம் அன்று.

புற உலகை அதாவது, காட்சிகளையும் அனுபவங்களையும் எழுத்தாளர் அப்படியே சொல்லில் வடிப்பதில்லை. அனுபவ முழுமையிலிருந்து தற்செயலான, மேம்போக்கான அம்சங்களையெல்லாம் நீக்கிவிட்டு, அடிப்படையான சாராம்சத்தை அக உணர்வில் உரைத்து வகைமாதிரிக்குப் பொருத்தமான வடிவத்தில் உருவாக்குகின்றனர்.

இன்னொரு விதமாய்க் கூறுவதாயின், ஆற்றல் வாய்ந்த எழுத்தாளர்கள் புறநிலைப்பட்ட எதார்த்தத்தை அகநிலைப்பட்ட எதார்த்தமாக மாற்றியமைக்கின்றனர்.

மனிதனின் சமூக வாழ்க்கையே கலை இலக்கியம் அனைத்திற்கும் ஒரே அடிப்படையாய் இருப்பினும், அவை உருவாக்கிக் காட்டும் வாழ்க்கை கண்ணாரக் காணும் வாழ்க்கையைவிட வளமிக்கதாயும் உயிர்த் துடிப்புள்ளதாயும் அமைந்து விடுகிறது. வாழ்க்கைக்கும் இலக்கியத்திற்கும் உள்ள சிறப்பான உறவு இதுதான்" என, இலக்கியத் திறனாய்வாளர்கள் எடுத்துரைக்கின்றனர். கவிதை உள்ளிட்ட எந்தவோர் இலக்கிப் படைப்புக்கும் உருவாக்கத்திற்கும் உள்ள நெய்திடும் உறவு இதுதான்.

ஆக, அகம் சார்ந்தோ அல்லது புறம் சார்ந்தோ உருவாக்கம் பெறுகிற கவிதை அல்லது இலக்கியமானது வாழ்வியல் சார்ந்தது எனினும், நடப்பியல் சார்ந்தோ அல்லது புனைவு சார்ந்தோ

வெளிப்படுத்தப்படுவது என்றாலும், மொழியால் ஒப்பனை பெறுகிற கலை வடிவமாகவே முகம் காட்டுகிறது எனலாம்.

பெருமரத்தின் தளிர் நுனிக்கும், மண்ணுக்குள் புதைந்திருக்கும் வேர்களின் நுனி முடிச்சுகளுக்கும் ஒரு தொடுப்பு இருப்பதைப்போல, மரபுக்கும் நவீனத்திற்கும் தொடுப்பை ஏற்படுத்திக்கொண்டே இருக்கும் மொழியே வளப்பமுடன் செழிக்கும். அவ்வகையில், தமிழ் இலக்கிய மரபுக்கும் நவீனத்திற்கும் ஊடாடிப் பயணிக்கும் வாய்ப்பைத் தருவதாக சோ.தர்மன் கவிதைகள் அமைந்திருக்கின்றன.

சோ.தர்மனின் கதைப் படைப்புகளில் விரிந்து கிடக்கும் படைப்புலக மனிதர்களோடு வாழ்ந்திருக்கிறேன். அவரது கலை, இலக்கியம், சமூகச் செயல்பாடுகளைத் தொடர்ந்து கவனித்தும் படித்தும் வருகிறேன்.

அவரது எழுத்துகள் எமக்கான படைப்புலகக் கிளர்ச்சியையும் வாசிப்பின் நிறைவையும் தருகின்ற மிக நெருக்கமான எழுத்துகள். அவற்றைப் போலவே, அவரது கவிதைகளும் அவரது படைப்புப் பரிமாணத்தைக் காட்டுவதோடு தனித்துவக் கவிதை அழகியலையும் கொண்டிருப்பவை.

சோ.தர்மன் எழுதிய புனைகதைப் படைப்புகள் நூல்களாக வந்திருப்பதைப் போலவே, அவரது கவிதைகளும் நூலாக வெளிவரவேண்டும் எனும் பெருவிருப்பத்தை அவரிடம் தெரிவித்தபோது, "அதெல்லாம் கவிதையா என்பது தெரியாது. கவிதையில் பெரிதாக நாட்டமில்லை" என, கவிதை நூல் வெளியீடு பற்றிய தமது தயக்கத்தைத் தெரிவித்தார்.

எனினும், அவரது கவிதைகள் நூலாக வெளிவரவேண்டும் எனும் எமது பிடிவாதப் பேரன்பையும் வேண்டுகோளையும் தயக்கத்துடனே ஏற்றுக்கொண்டார்.

அவர் எழுதிய கவிதைகள் யாவற்றையும் தெரிவுசெய்து, செப்பமாக்கித் தொகுத்து, கவிதை நூல் வடிவத்தில் அவருக்கு அனுப்பி வைத்திருந்தேன். அதைப் பார்த்த பிறகுதான், கவிதைகள் யாவற்றையும் ஒருசேரக் கண்ட பிறகுதான் முழு மனநிறைவோடு தமது கவிதைகள் நூலாக்கம் பெறுவதற்கான இசைவைத் தந்தார் சோ.தர்மன்.

'சோ.தர்மன் கவிதைகள்' எனும் இந்நூலை, தெரிவும் தொகுப்பும் செய்து பதிப்பித்துக் கொண்டுவருவதற்குக் கனிவுடன்

இசைவளித்து முன்னுரை வழங்கிய திரு சோ.தர்மன் அவர்களுக்குப் பேரன்பையும் நன்றியையும் உரித்தாக்கி மகிழ்கிறேன்.

இந்நூலை, யாப்பு வெளியீடாகப் பதிப்பித்திருக்கும் திரு செந்தில் வரதவேல் அவர்களுக்கும், இந்நூலினை அழகுடன் வடிவமைப்பு செய்து தந்த திரு பிரபாகர் அவர்களுக்கும் திரு.அ.சிவக்குமார் அவர்களுக்கும் மிக்க நன்றியும் அன்பும்.

திரு சோ.தர்மன் அவர்களது புனைகதை எழுத்துகளைக் கொண்டாடும் தமிழ்கூறும் நல்லுலகம், அவரது கவிதைகளையும் கொண்டாடும்; கொண்டாட வேண்டும் எனும் பெருவேட்கையோடு மட்டுமல்ல, அவரது கவிதைப் படைப்பாக்க ஆளுமையையும் தமிழ்ச் சமூகத்திற்கு அடையாளப்படுத்த வேண்டும் எனும் கடமை உணர்வோடு இந்நூலைக் கொண்டுவருவதில் நிறைவும் மகிழ்வும் அடைகிறேன்.

தோழமையுடன்,
மகாராசன்.

சோ. தர்மன் கவிதைகள்

1

கூடு கட்டி
முட்டைகள் இட்டு
அடைகாத்து
பத்தியம் இருந்து
குஞ்சுகள் பொரித்து
இரையூட்டி வளர்த்து
தாலாட்டுப் பாடி
பறக்கக் கற்றுக் கொடுத்து
தாய்மையின் எந்த வலியையும்
அறியாத குயிலே!
உனக்கு எதற்கு
இனிமையான குரல்?

மரியாதையாக
உன் சக்களத்தியாள்
காக்கையிடம் கொடுத்து விடு.

வலி சுமக்கும் காக்கையின் குரலே
உனக்குப் பொருத்தம்.

***

2

தூண்டிலில் சிக்கிய
குஞ்சு மீனை
காயம் படாமல்
பக்குவமாய் எடுத்து
நீருக்குள் விடும்
தூண்டில்காரனின்
பெருந்தன்மை
கருணையா? முதலீடா?

***

3

தேய்த்த துணிகளை
மடிப்புக் கலையாமலிருக்க
இரு கையேந்திக் கொண்டுவரும்
சலவைக்காரரைப்போல்
பழுத்து மகிர்ந்து கமகமக்கும்
வெள்ளரிப் பழத்தை
பக்குவமாய்க் கையிலேந்திச் செல்லும்
பெண்ணைப் போல்
பச்சிளங் குழந்தையை
ஏந்திச் செல்கிறாள்
ஒரு தாய்.

குழந்தையின் நிறம்
குழந்தையின் மணம்
குழந்தையின் மெதுமெதுப்பு
குழந்தையின் நிச்சலனம்
பழுத்துக் கனிந்த
வெள்ளரிப் பழத்திலுமுண்டு.

***

4

நேற்று
குளம் அசைவற்று இருந்தது.
இன்று
குளத்தில் அலையடிக்கிறது.
உற்றுப் பார்த்தேன்
குளம் சிரித்தது.

தூண்டில்காரனே!
நேற்று பார்த்த குளமும்
இன்று பார்க்கிற குளமும்
வெவ்வேறானவை.
நேற்று நீ பிடித்த மீனும்
இன்று பிடிக்கிற மீனும்
வெவ்வேறானவை.

நிமிடத்திற்கு நிமிடம்
நாளுக்கு நாள்
மாறிக் கொண்டேயிருக்கும்
ஆறுகளும் குளங்களும்.
மாறாமல் இருப்பவன்
மனுசன் மட்டும்தான்.

***

5

நீரின்றி வறண்டு தூர்ந்து கிடக்கும்
அந்தக் கண்மாயை இன்று பார்த்தேன்.
காரை உதிர்ந்து இற்றுப் போன
மடைச் சுவரில் நாமமர்ந்து பேசிய
ஞாபகத் திட்டுக்கள்.

பறந்து செல்லும்
கொக்குக் கூட்டங்களை
எண்ணி எண்ணி
பந்தயம் வைத்தோம்.

ஒற்றை இலக்கென்றால் நீ எனக்கு.
இரட்டை இலக்கமென்றால் நீ எனக்கில்லை.
மாறி மாறி வந்தன ஒற்றை இரட்டைகள்
கொக்கு ஜோஸ்யம் தோற்றுப் போனது.

நீர்க்குரண்டி முள் தைத்து
உன் பாதத்தில் வழிந்த
இரத்தத்தைத் துடைத்த ஸ்பரிசம்
என்னுள் கசிகிறது.

ஒவ்வொரு நாளும்
நாம் விடைபெறும்போது

நாம் பூ வாங்கும்
வட்ட முகப் பூக்காரியைக் காணவில்லை.

நித்தம் உன்னிடம்
நேரம் கேட்கும்
நரமண்டை ஆட்டுக்காரர்
காலமாகி விட்டாராம்.

விழுதுகள் தொங்கும்
ஆலமரத்தடி அய்யனாரிடம்
உன் நினைவுகள் சுமந்து
கண்ணீர் கசியக் கும்பிட்டேன்.

எந்த ஊரென்றார் அய்யனார்;
சென்னை என்றேன்.

போனமாசம்
கோயமுத்தூர்ப் பெண்ணொருத்தி
குழந்தையுடன் வந்தாள்;
கும்பிட்டு அழுதாள்.

உன்னையும் அவளையும்
விழுதுகள் தொங்கும் முன்பு
இதே ஆலமரத்தடியில்
பல முறை பார்த்த ஞாபகம்.

***

6

உறவினர் இறப்பு.
இறந்தவரை அலங்கரித்து இறந்து போகும்
மாலை வாங்கப் போனேன்.

பூக்கடைக்காரர் கேட்டார்:
ரோஜா வேணுமா?
செவ்வந்தி வேணுமா?

என்னருகிருந்த நபர்
சலிப்புடன் சொன்னார்:
செத்த சவத்துக்கு
எதைப் போட்டா என்ன?
பாக்கப் போகுதா?
வாசனையை முகரப் போகுதா?

கேந்திப் பூ மாலையே கொடும்.
இப்போது நான்
செத்துக் கொண்டிருந்தேன்.

***

7

நிறை குடம் தண்ணீரில்
ஈ மிதப்பதாய்க் கூறி
தண்ணீரைச் சிந்தி விட்டு
பொய்த் தண்ணீர் எடுக்கப் போனாள்
மகள்.

நிறை குடத்துடன்வந்த மகளிடம்
தாய் கேட்டாள்:
என்னடி தலையெல்லாம்
வேப்பம் பூ
எங்கேடி போனே..?

திகைத்து மிரண்டு
தலை கவிழ்ந்தாள் மகள்.

கிணற்றடியில் வேம்பில்லை;
வீட்டுக்கும் கிணற்றுக்கும்
இடையிலும் வேம்பில்லை.
தலையில் எப்படி வந்தது
முக்குறுனி வேப்பம் பூ.

மௌனித்து நின்ற மகளின்
மனசில் நிழலாடியது காட்சி.

வெறுங்குடம் சாட்சியாக
தளிர்த்த வேம்படி சென்று
இறுகத் தழுவியபோது
பனி பெய்யும் ஓசை போல்
வேப்பம் பூ உதிர்ந்ததும்
கூந்தலில் கிடந்ததும்
ஆடை திருத்திய நான்
கூந்தல் திருத்த
மறந்து போனேன்.

பிரம்மனுக்கு ஆதரவாய்
பொய் சாட்சி சொல்லி
சிவனை விட்டகன்ற தாழம் பூவாய்
காட்டிக் கொடுத்தது வேப்பம் பூ.

மௌனித்து நின்ற
தன் மகளின் தலை தடவி
தழுவிக் கொண்டாள் தாய்.
பாம்பின் கால் பாம்பறியும்.

தானும் ஒரு காலத்தில்
பொய்த் தண்ணீர் எடுக்கப் போனதை
கீ காடு போகிறேனென்று
மே காடு போனதை
சேலையில் ஒட்டியிருந்த
சிறு நெருஞ்சி முள்ளும் ஊவாம் புல்லும்
காட்டிக் கொடுத்த காட்சிகள் நிழலாடியது.

ஆதரவாய் அணைத்து
உச்சி முகர்ந்த தாயின்
பாதத்தில் விழுந்தன
கண்ணீர்த் துளிகள்.

***

8

கோச் நம்பர் எட்டு
சீட் நம்பர் நாற்பத்தி நாலு
லோயர் பெர்த்.

பாட்டி கேட்டாள்:
வடக்க தலை வைத்து
படுக்கக் கூடாது.
இதுல எதுடா வடக்கே?

ரெயிலே வடக்காமப் போகுது.
இது கிழக்கு; இது மேற்கு.

பேரன் சொன்னபடி
மேற்கே தலை சாய்த்து
மெல்ல உடல் சாய்த்தாள்.

காலையில் இறங்கும் போது
ரெயில் கிழக்காமல் நின்றது.
பாட்டியின் தலை வடக்காமல்.

***

9

ஓரே நொடிதான்
சற்றே அசந்தாலும்
இரை களவாடப்பட்டு விடும்.

யார் யாருக்கோ
எதது மீதோ கண்.
தூண்டில்காரனுக்கோ
மிதப்பில் மீது கண்.

குளத்தின் ஆழம் மட்டுமே நீ அறிவாய்
குளத்தின் மர்மம் மீனறியும்
சூட்சுமம் கொக்கறியும்.

ஒவ்வொரு குளத்திலும்
குவிந்து கிடக்கின்றன
ஓராயிரம் சோகக் கதைகள்.

தாயோடு சேர்ந்து
பிள்ளையும் மிதந்த கதை;
காதலனும் காதலியும்

கட்டிப் பிடித்து மிதந்த கதை;
குளக்கரை மரங்களில்
பூத்துக் குலுங்குகின்றன
ஓராயிரம் காதல் கதைகள்.

மேல மடையோரத்து ஆலமரத்தில்தான்
பேயாக வாசம் செய்கிறாள்
பிள்ளைத்தாச்சி பேச்சியம்மாள்.

குளம் ஒரு ஞானி;
தினம் தினம் தீட்சை பெறுபவர்கள்
தூண்டில்காரர்கள்.
வெளியில் நானும்
நீருக்குள் மீனும் ஞானிகள்.

குளம்
ஒரு பாடசாலை அல்லது ஆசிரமம்;
தியானம் செய்பவர்களும்
தூண்டில்காரர்கள்தான்.

அன்றாடம் சந்திக்கும் நாரையிடம்
நலமா என்றேன்.

இது மனிதர்களிடம்
கேட்க வேண்டிய கேள்வி;
முடிந்தால்
மீனெறி தூண்டிலார் என்று
சங்கப் புலவன் ஒருவனுண்டு
அவனிடம் போய் கேள்;
அனைத்தும் தெரிந்தவன்
குளம்தான் அவன் கண்கள்.

பதில் சொன்ன நாரையின் அலகில்
துள்ளியது கெண்டை.

***

10

எறி பந்தாய்
தண்ணீருக்குள் பாயும் மீன் கொத்தி;
மணிக் கணக்காய்க் காத்திருக்கும் கொக்கு;
அலையடிப்பில் மிதந்து
மீன் பிடிக்கும் முக்குளிப்பான்;
நீ.... ள் கால் உள்ளான் சிறகி
நாரை நத்தை நண்டு
இவைகளுடன் நித்தம் நான்.

சலங்கைக் கொத்தாய்
எருக்களஞ்செடி மொட்டுக்கள்
மஞ்சள்பூத்த ஆவாரை
மூக்குத்திப் பூக்கள் சொரியும் கொக்கிரவாலி
ஆதாளை கொழுஞ்சி நெருஞ்சி தும்பை துளசி
நீரில் மிதக்கும் மிதப்பில் அமர்ந்த சிறு தட்டான்
தாழப் பறக்கும் தைலான் குருவிகள் கூட்டம்;
செறுமல் சத்தமென
நாரைகள் கனைப்பொலியில்
செடிக்குள் பதுங்கும் செம்போத்து.

கருந்தும்பி ஒன்று
பறந்து வந்து சுற்றியது;
முகம் பார்த்தது.
மீண்டும் மீண்டும்
முகத்தருகே ரீங்காரமிட்டது;
என்ன தும்பியே என்றேன்.

வேறொன்றுமில்லை
கர்ணனோ என்று அடையாளம் பார்த்தேன்;
அப்புராணி தர்மன்தானே நீ!

குளக்கரையில் தொடை துளைத்த
தும்பியைக் கண்டேன் என்று
குந்தியிடம் சொல் தர்மா
நாளை உன் முறைதானே.

***

11

குளத்தோடு பரிச்சயம்
கொக்கோடு தொந்தம்
அப்பப்போ உரையாடிக் கொள்வோம்.

ரொம்ப நாளா கேட்க நினைத்த கேள்வி
கேட்டே விட்டேன்.

ஆடையும் கோடையும் வற்றாத கண்மாய்
மீன்பாடுகள் நிறைந்த குளங்கள் பலவுண்டு.

அத்தனையும் விட்டு
எப்போதாவது நிறையும்
மீன்பாடு குறைந்த
கரிசக்காட்டுக் கண்மாயில் வந்து
ஒரு மீனுக்காக
ஒற்றைக்காலில் தவமிருக்கும்
முட்டாள் கொக்கா நீ?

போன ஜென்மத்தில்
வானம் பார்த்து கண்கள் பூத்து
மழைக்காகத் தவமிருக்கும்
மழையை மட்டும் நம்பி வாழும்

மானாவாரி நிலம் வாழும்
கரிசக்காட்டுச் சம்சாரியாய்
பிறந்து வாழ்ந்தேன்.

தவத்தை மறக்கலாமோ?

தவயோகிக்கு
கால்வயிறு அரைவயிறு
காற்றும்கூட உணவு.

***

12

அம்மனைத் தரிசிக்க
நீ........ண்ட வரிசை
என் முன்னால்.

சந்தனம் பூசிய மொட்டைத் தலை
காதில் தொங்கும் தொங்கட்டான்
கால்களை அலங்கரிக்கும் வெள்ளிக் கொலுசுகள்
வெற்றுடம்புடன்
தாயின் தோள்களில் முகம் புதைத்து
அமைதிக் குளமாய் கண்ணுறங்கும் குழந்தை.

நகராத வரிசையிலும்
நான் அம்மனை
தரிசித்து விட்டேன்.

***

13

வலது கையின்
ஆட்காட்டி விரலில்
குண்டூசி குத்தியது;
துளி இரத்தம்தான்.

வாங்கிய பொருளுக்குப் பணம் கொடுக்க
காந்தியைத் தொட்டு விட்டேன்.
துளி இரத்தத்தில் ஒரு புள்ளி
அஹிம்சா மூர்த்தியின்
முகத்தில் பட்டு விட்டது.

நொடியில் நான்
கொலைகாரனாகி விட்டேன்.

***

14

முதுகில் தொங்கும்
புத்தகப் பைகள்.
பாட்டிகளின் தாத்தாக்களின்
கை பிடித்துச் செல்லும்
பள்ளிப் பிள்ளைகள்
படிக்கப் போகிறார்களாம்.

பாட்டிகளுக்குத் தெரியாத
தாத்தாக்கள் அறியாத
படிப்புண்டோ லோகத்தில்.

எல்லா பாட்டிகளும்
எல்லா தாத்தாக்களும்
ஏதோ ஒரு பல்கலைக்கழகம் தானே!

கை பிடித்துக் கூட்டிச் செல்வதும்
கூட்டி வருவதும்
தாத்தா பாட்டிகள் அல்ல;
தலை சிறந்த
பல்கலைக் கழகங்கள்.

***

15

வாயேன்
கொஞ்சம் ஒயின் பருகலாம்!

மகிழ்ச்சி; கொஞ்சம் பொறு.
நான் சூடியிருக்கும்
மலர்களைக் களைந்து விட்டு
வருகிறேன்.

ஏன்டி?

மலரின் வாசனை ஒயினுக்கும்
ஒயின் வாசனை
மலருக்கும் பிடிக்காது.

ஓஹோ..

முரண்களை
அருகில் வைத்துக்கொண்டு
ஒயின் பருகக் கூடாது.

அப்பிடியா?

ஒயின் பருகிய பின்
என்னை நீயும் உன்னை நானும்
முகர்வோம்.
அப்போது
ஒயின் வாசனை மட்டும்
இருப்பது நல்லது.

ம்....அப்புறம்?

உனக்குத்தான் தெரியுமே
இதுவரை நான் சூடிய மலர்கள்
உன்னால் கசங்கிப் போனதில்லையென்று!

வா இப்போது ஒயின் பருகலாம்.

***

16

அறத்துப் பாலில் பத்துப் பாடல்களுடன்
என்னிடம் வந்தான் திருவள்ளுவன்.
இருவரும் விவாதித்து இறுதியாக்கினோம்.

பத்துநாள் கழித்துப் பொருட்பால் பற்றி
பத்துப் பாடல்களுடன் மீண்டும் வந்தான்.
பொருள் பற்றி எனக்கேதும் தெரியாது;
வேப்ப மரத்தடியில் நொச்சி விளாறில்
கூடைகள் பின்னும் நரைத்தமுடிக் கிழவனை
போய்ப் பார் என்றேன்.

ஒரு மாசம் கழித்து
காமரஸம் சொட்டும் பத்துப் பாடலோடு வந்து
இன்பத்துப் பால் இதுவென்றான்.
அப்படியென்றால்
தெருப் பெண்களுக்குப் பாடலோடு பச்சை குத்தும்
மூத்த குறத்தியைப் போய்ப் பார் என்றேன்;
குறத்திக்கென்ன காமம் தெரியுமென்றான்.

உலகப் பெண்கள் அத்தனை பேரின் காமமும்
அவள் குத்தும் பச்சைக்குள் அடக்கம் என்றேன்.

இப்படித்தான் உருவானது
திருக்குறள்.

வள்ளுவன் காலத்தில் வாழ்ந்தார்கள்
பல்லாயிரம் திருவள்ளுவர்கள்.

***

17

தூண்டில் போடுவதால்
கொக்குகளிடம் பரிச்சயம்
கற்றுக் கொண்டது ஏராளம்..ஏராளம்.

ஒற்றைக் கால் தவம்
பொறுமை காத்திருத்தல்
குறி தவறாக் கொத்து.
தூய வெண்மை
கலங்கமின்மையின் குறியீடு.
செத்த மாமிசம் உண்ணாது
உழைத்து உண்பது.

மற்ற பறவைகள் போல்
பொதுவெளிப் புணர்ச்சியின்றி
மறைமுகப் புணர்ச்சி.

கொக்கு முட்டைகள்
கொக்குக் குஞ்சுகள்
பார்த்தவர்கள் பாக்கியவான்கள்.

இத்தனையும் கற்றுக் கொண்டேன்.
கற்க முடியாத ஒன்று:
நிற்கும் போதும் பறக்கும் போதும்
தன் நிழல்
தரையிலோ தண்ணீரிலோ விழாமல்
நிற்பதும் பறப்பதும்.

***

18

உலகத்தில்
இருவர் மட்டுமே பேசும்
ஒரு பாஷையை
எதிர் வீட்டுச் சிறுமியும்
நானும் பேசி வந்தோம்.
நேற்று
புதிதாக ஒரு காகம் வந்து
சேர்ந்து கொண்டது.
இப்போது
காகத்தின் பாஷையை
நாங்கள் கற்றுக் கொண்டிருக்கிறோம்.

சில நாட்களில்
உலகத்தில் மூன்று பேர் மட்டுமே
பேசும் பாஷையை
நாங்கள் பேசுவோம்.

***

19

கனவில் வந்த
நெய்யப்படாத ஆடையை
அணிந்து கொண்டேன்.
தீட்டப்படாத ஓவியமாய்
அவள் வந்தாள்.

ஜன்னல் வழியே
எட்டிப் பார்க்கும் முழு நிலவே
வேண்டுமானால் நீயும் வா
விடியும்வரை சேர்ந்து ஆடலாம்.

***

20

உயர் வாசனை
சோப்புப் போட்டுக் குளித்தாள்.
தேர்ந்தெடுத்த சேலை
மேட்சிங்காக ரவிக்கை
நறுங்கூந்தல் வாரி முடித்தாள்.
சரம்சரமாய் மல்லிகை கனகாம்பரம்
மணக்கச் சூடினாள்.

புருவத்திற்கு மையிட்டாள்
உதட்டிற்குச் சாயமிட்டாள்.
நேர் வகிட்டிற்குக் கீழ்
நெற்றியில் குங்குமம்.
நிலைக் கண்ணாடியில்
தன் அழகைத் தானே ரசித்தாள்.

சிணுங்கிய செல்போனை
கையில் எடுத்தாள்.

என்னடி இவ்வளவு லேட்டு?

எல்லாம் முடிஞ்சதடி
மார்பகம் மட்டும்தான்
கட்ட வேண்டும்.

அவசரப்படாதே!
நன்றாக இறுக்கிக் கட்டு.
அன்றைக்குப் போல்
ஏற்ற இறக்கமாகி விட்டால்
ஓங்கிக் கைதட்டி
ஓசை எழுப்பமுடியாது.
தொழில் நேரம்
கெட்டுப் போகும்.

திருநங்கைகளின்
ஒவ்வொரு சில்லறைக்குள்ளும்
ஒளிந்திருக்கிறது
ஆயிரம் கை தட்டலின்
அவல ஓசைகள்.

***

21

ஒவ்வொரு முறையும்
முற்றாகக் கடலைப் பருகிட
முயல்கிறேன்.
அத்தனை முறையும்
கடல்தான் என்னைப் பருகியிருக்கிறது.

ஆனாலும் என்ன?

கைத்தடி ஊன்றினாலும்
என்றாவது ஒருநாள்
அந்தப் பிரபஞ்சப் பெருங்கடலை
பருகியே தீருவேன்.

***

22

இருவருக்குமிடையே
நீ......ண்......ட நெடுஞ்சுவர்
எழும்பி விட்டது.
சுற்றியோ தாண்டியோ
கடக்க இயலாது.

கன்னமிட்டால் களவு திருட்டு
அப்புறம் எப்படி..?

ஒருவருக்கொருவர்
ஊடுருவும் கலை
கற்போம் வா.

***

23

எல்லா இடங்களுக்கும்
மூன்று வழிகள் இருக்கின்றன.
நேர்வழி
குறுக்கு வழி
இரகசிய வழி.

நேர் வழி போவோர்
நிமிர்ந்தும்
குறுக்கு வழி போவோர்
குனிந்தும்
இரகசிய வழி போவோர்
ஊர்ந்தும் செல்கிறார்கள்.

குனிந்து செல்வோருக்கு
தோள்முனைத் தொங்கலே
கைகள்.
ஊர்ந்து செல்வோருக்கு

கால்கள் தேவையில்லை;
கைகளே போதும்.

கைகளை இறக்கைகளாக்கி
பறந்து செல்லும்
நான்காவது வழியை
தேடிக் கொண்டிருக்கிறேன்.

***

24

சாந்தமாக வாதிடுங்கள்
சந்தி சிரிக்கிறது கவிஞர்களே!
உங்கள் சண்டை
தமிழைக் காக்கவும்
கவிதையில் பிழை
அகற்றவும்தான்.
ஆனாலும் மனதில் வையுங்கள்
மயித்துக்கான சண்டை என்பதை.

நிமிஷத்துக்கு
ஏழு கவிதை எழுதும்
கவிஞனெல்லாம் இருக்கும்போது
எதுக்கய்யா சண்டை.

***

25

ஒரு வாரமாக
கோலமில்லாமல் வெறிச்சோடிக் கிடந்த
வீட்டு முற்றத்தை உற்றுப் பார்த்தேன்.

அருகில் நின்ற சேவல் சொன்னது:
தனிமைப்படுத்தப்பட்டிருக்கிறாள்
மூளியானது முற்றம்.

உன்னைப் போல்தான் நானும்
கூவுவதை நிறுத்தி ஒரு வாரமாயிற்று.

என் கூவலில்
அவள் கண்ணீர் விடுவாள்.
தைரியமாகப் போ!
மீண்டு வருவாள்.
அலங்கரித்த முற்றத்தை
நாம் பார்க்கலாம்.

கோலமிடப் புள்ளியிடும்போது
எழும் வளையோசையை
நாம் கேட்கலாம்.

அப்போது நான் கூவுவேன்
கொக்கரக்கோ என்றல்ல;
கொரோனாவுக்கு அரோகரா.

***

26

உங்கள் துண்டுகள்
கக்கத்தில் இருக்கும்போதும்
முழங்கையில் தொங்கும்போதும்
இடுப்பைச் சுற்றியிருக்கும்போதும்
உங்கள் வேஷ்டி
கரண்டைக் கால்வரை
தொங்கும் போதும்
உங்களை நாங்கள்
பொருட்படுத்தவே மாட்டோம்.

உங்கள் துண்டுகள்
தோளுக்கும் தலைக்கும்
இடம் மாறும்போது
வேஷ்டிகள் முட்டுவரை
உயரும் போது
கூரை வீடுகள்
காரை வீடுகளாகும்போது
உங்கள் மிதியடிகளை
கைகளில் தூக்காமல்
கால்களில் அணிந்து
செல்லும்போது
உங்களை நாங்கள்
பொருட்படுத்துவோம்.

***

27

ஓன்னரை வருஷங்கள்
ஊசி மேல் நின்று
ஒற்றைக்காலில் தவமிருந்தேன்.
மனமுருகி மெய் வருத்தி
கண் துஞ்சா கடும் தவம்
தரிசனம் கிடைத்தது.

பக்தியை மெச்சினோம்
வேண்டிய வரம் கேள்
யாமருள்வோம்.

கடவுளே
யாம் வேண்டுவது
ஒரே ஒரு வரம்.

கேள் பக்தா.

அனைத்திலும்
நீக்கமற நிறைந்திட்ட போலிகளை
யாம் பிரித்தறிந்து
அடையாளம் காணும்
வரம் வேண்டும்.

பொறுத்திரு பக்தனே!
உன் பக்தியை மெச்சினோம்.
யாம் சென்று
நிஜக் கடவுளிடம்
உன் கோரிக்கையை
சமர்ப்பிக்கின்றோம்.

***

28

என் இதயத்தில் படிந்து
பதிந்துவிட்ட
நீ சிந்திய சிரிப்புக்களை
சுரண்டி எடுத்து
கூட்டி அள்ளுகிறேன்
குப்பையில் கொட்ட.
இனிமேலும் எவரிடமும்
சிரித்துப் பசப்பாதே.

இதயம் பலவீனமானவர்கள்
அய்யோ பாவம்.

***

29

பேரன் பேத்திகளுடன்
மத்தாப்பு கொளுத்திக் கொண்டிருந்தாள்
வடிவுக் கிழவி.

என்னைக் கைப் பிடித்து
பேரன் கூட்டிச் சென்றான்.

வாங்க மாமா என்று
வாய் நிறையச் சொல்லி
பொரிவானமாய்ச் சிரித்தாள்
வடிவுப் பாட்டி.

அந்தக் கணம்
நானும் அவளும் கொண்டாடிய
பதினெட்டு வயது ஆனந்தத் தீபாவளி
வந்து நின்றது.

என் பேரனும்
அவளின் பேத்தியும்
தரைச் சக்கரம்
விட்டுக் கொண்டிருந்தார்கள்.

***

30

தூண்டிலில் தக்கை மிதப்பு
இம்மிகூட அசையாமல்
தூண்டில் முள்ளில் இருக்கும் இரையை
களவாடக் கற்றுக்கொண்டு விட்டன
மீன்கள்.

இப்போதெல்லாம் மீன்களே கிடைக்காமல்
வெறும் தூண்டிலுடன்தான்
வீடு திரும்புகிறேன்.

எப்படிக் கற்றுக் கொண்டன;
யாரிடம் கற்றுக் கொண்டன?
முழிச்சிருக்க முழியைத் தோண்டுவது என்பது
சாதாரண விஷயமா என்ன?

நீரலைகளின் அசைவுக்கும்
மீன் இரையைக் கடித்து
உள்ளிழுக்கும் அசைவுக்கும்
வித்தியாசம் கண்டுபிடிக்க முடியாத
இந்த நுண் திருட்டை
யாரிடம் கற்றுக் கொண்டன?
குழம்பிப் போனேன்.

தூண்டிலைச் சுற்றிச் சுற்றி வந்த
கெண்டை மீனிடம்
மெதுவாகப் பேச்சுக் கொடுத்தேன்;
கேட்டே விட்டேன்.
தக்கை மிதப்பு அசையாமல்
தூண்டில் முள்ளில் இருக்கும்
இரையைக் களவாட
யாரிடம் கற்றுக் கொண்டீர்கள்?

இலேசாக ஒரு எகத்தாளச் சிரிப்பு
சிரித்துவிட்டு மீன் சொன்னது:
ஒன்றியம் நகரம் மாவட்டம்
பஞ்சாயத்துத் தலைவர்கள்
எம்.எல்.ஏக்கள் எம்.பி.க்கள் மந்திரிகள் எல்லாம்
எங்களுடன் நண்பர்களாகி விட்டார்கள் தெரியுமா?
என்று சொல்லிவிட்டு
தண்ணீருக்குள் மறைந்து போனது.

திரும்பிப் பார்த்தேன்
தரையில் டப்பாவில் வைத்திருந்த
இரையையும் காணோம்.

***

31

கோலமிட்ட மனைவியை
தாக்கியது கோயில் மாடு
விரட்டிச் சென்றேன்.

அன்றாடம் ஆயிரம் கோலங்கள்
பார்ப்பவன் நான்.
உன் மனைவியிடுவதோ
கோலமல்ல அலங்கோலம்.
பத்து விரல்களிருக்க பாதகத்தி
நித்தம் அச்சுப் பதிக்கிறாள்.

அதனால் உனக்கென்ன?

ரஸனையற்றவனே கேள்!
ஈரம் சொட்ட
நுனி முடிந்த கூந்தல்
முதுகில் புரள
கோலப் பொடியேந்தி
குனிய வேண்டும்.
வைத்த புள்ளிகளை
கோலத்தால் சிறை வைத்து
முதுகில் புரளும்
ஈரக்கூந்தலை
தோள் புஜத்தால் நீவும்
அற்புதக் கலை நுட்பம்
அடடா.. ஆயிரம் கண் வேண்டும்.

கடிகாரப் பெண்டுலமாய்
தொங்கும் செயினை
கோலப்பொடி அப்பிய
கட்டைவிரல்
ஆட்காட்டி விரலின்றி
மூன்று விரல்களால் தூக்கி
ரவிக்கைக்குள் திணிக்கும்
செயல் நேர்த்தி
அடடா.. ஆயிரம் கண் வேண்டும்.

செருப்பணியா மென்பாதங்கள்
குளித்த முற்றத்தில்
பதுங்கிப் போகும்
வெண்பூனைக் குட்டிகள்.

நாளை உன் மனைவி
செருப்பணிந்து
அச்சுப் பதித்தால்
குத்திக் குடலைக் கிழிப்பேன் போ.

***

32

ஒரே நொடிதான்
தக்கையை மறந்து
நிலை குத்திய
பார்வை விடுத்து
ஓரக்கண் பார்வை பார்த்தேன்.
நீரலையின் ஓசை மறந்து
கொலுசொலியில் லயித்தேன்.

அதே நொடியில்
தூண்டில் முள்ளில் கோர்க்கப்பட்டிருந்த
இரை களவாடப்பட்டது.
பெரிய்ய கெண்டையை
தப்ப விட்டிருந்தேன்.

***

33

முகத்தின் அருகே
ரீங்காரமிட்டது குளவி.
புத்தகத்தை வீசினேன்
இறந்து போய்விட்டது.

ஒவ்வொரு முறை
மாடிப்படி ஏறுகையில்
அக்குளவி கட்டிய
முற்றுப்பெறாத வீட்டை
சுவரில் காண்கிறேன்.
யாரால் முடியும்
இவ்வீட்டைக் கட்டிமுடிக்க?

இதயம் கணக்க
தினமும் பெருமூச்செறிகிறேன்.
கொலைசெய்த குற்றம்
பரிகாரம் தேடுகிறேன்.

பாதி வீட்டைப் பிரிக்க
மனசின்றித் தவிக்கிறேன்.

***

34

நடைபாதைப் பூக்காரி
தொடுத்த பூப்பந்தில்
தண்ணீர் தெளிக்கிறாள்.
பூக்கள் மலர
தானும் மலர்கிறாள்.

நட்டவன் வளர்த்தவன்
பறித்தவள் தொடுத்தவள்
விற்றவள் வாங்கியவள்
கணவன் மனைவி
காதலன் காதலி
குழந்தை தெய்வம்
இருப்பவர் இறந்தவர்
அத்தனை பேரையும்
மகிழ்வித்துவிட்டு
சிரித்த முகமாகவே
தினம் சாகும் பூக்கள்.

***

35

காவியுடை
கையில் திருவோடு
தர்மம் கேட்டு வந்தவன்
எனைத் தாண்டிப் போனான்
அதட்டிக் கூப்பிட்டேன்.

என்னிடம்
ஏன் பிச்சை கேட்கவில்லை?

கேட்டுப் பெறுவது யாசகம்
கூப்பிட்டுக் கொடுப்பது அகந்தை
வெளிவேஷம் குறிப்பறிந்து உதவுதல்.

என்னிடத்தில்
என்ன குறிப்பைக் கண்டாய்?

புத்தனைப்போல்
பொண்டாட்டியைத் தவிக்க விடவில்லை
பிள்ளைகள் என்னை விரட்டிவிடவில்லை
பேங்கில் லோன் வாங்கி ஏமாற்றவில்லை

உன் போல் வட்டித் தொழில் செய்யவில்லை.
முதலீடோ தொழிலோ இன்றி
ஆயிரம் கோடி சம்பாதித்த
அரசியல்வாதி நானில்லை.

அப்புறம் என்ன குறிப்பைக் கண்டாய்?

சீக்கிரம் போ
சின்ன வீடு காத்திருக்கும்.

இறந்து போகும் இந்த மனிதர்களை
ஏன் படைத்தான் ஆண்டவன்?
விடைதேடி அலைகிறேன்.

யாசகம் என் பசிக்கு மட்டும்;
தலைமுறைக்குச் சேமிக்க அல்ல.

***

36

பூட்டிய அறையின்
தொங்கும் பூட்டில்
அழகிய வண்ணத்துப்பூச்சி.
அறை திறக்க
ஆவலாய்ப் போனோம்
காத்திருந்தோம்.

வண்ணத்துப் பூச்சியோ
ஆகாயத்தில் பறந்தது.
நானும் அவளும்
அறைக்குள் பறந்தோம்.

***

37

எட்டுப் பேரிடம்
வழி கேட்டேன்.
மூன்று பேர்
செல் பேசியபடி;
இன்னும் மூன்று பேர்
காதுக்குள் வயர் திணித்து
கான மழையில் லயித்து.
மீதி ரெண்டு பேர்
வழி சொன்னான்
புரியாத பாஷையில்.

சிங்காரச் சென்னைனா
சும்மாவா?

***

38

உங்களுக்குத் தெரிந்ததோ
ஒரே தாமிரபரணி.
நானறிந்ததோ
மூன்று தாமிரபரணி.

பழுத்துக் கனிந்து உதிர்ந்த
என் அப்பாவின் அஸ்தி கரைத்தபோது
குளிர்ந்து அரவணைத்தது
முதலாம் தாமிரபரணி.

மாரடைப்பால் மடிந்த
என் இளம் மனைவியின்
அஸ்தி கரைத்தபோது
சுட்டுப் பொசுக்கியது
இரண்டாம் தாமிரபரணி.

இருபத்தெட்டு வயது இளைஞன்
என் இளைய மகன்
தன் சாவை
தானே தேடிக்கொண்டவனின்
அஸ்தி கரைத்தபோது

அக்னியாய்ப் பொசுக்கியது
மூன்றாவது தாமிரபரணி.

தாமிரபரணித் தாயே!
என் அஸ்தியை
என் மூத்தமகன்
ஏந்தி வருவான்
ஏற்றுக்கொள்.

இன்னொரு அஸ்தியுடன்
நான் வர நேர்ந்தால்
என்னையும் சேர்த்து
எடுத்துக்கொள் தாயே.

***

39

கடைசி வரையிலும்
மௌன யுத்தந்தான்
ஆயுதங்கள் பயன்படுத்தப்படவேயில்லை.
ஏனோ தெரியவில்லை
போர் நிறுத்தம் அமலானது
சேதாரங்கள் ஏதுமில்லை.

நாள்பட நாள்பட
பசியின்மை தூக்கமின்மை
இதயத்தில் வலி.

சோதித்த மருத்துவர்
சொன்னாரே பார்க்கலாம்:
அத்தனையும் உள் காயங்கள்
லேசர் ஆயுதத் தாக்குதல்கள்.
சுகமாக ஒரே வழி
மீண்டும் யுத்தம் செய்யுங்கள்.

ஆயுதங்களைப் பயன்படுத்துவது
மிகமிக அவசியம்.

***

40

கவிதைகள் எழுதினேன்
கைக்காசில் புத்தகமாக்கி
வெளியீட்டு விழாவும் நடத்தினேன்.
கலந்து கொண்ட பெருங்கவிகள்
கம்பனென்றும் இளங்கோவென்றும்
மில்டனின் தம்பி
ஷெல்லியின் சேக்காளி என்றும் புகழ
நான் கவிஞனாகி விட்டேன்.

வாழ்த்திய பெருங்கவிகளுக்கு
பிரியாணியும் பிராந்தியும்
எல்லா புத்தகங்களுமே
இலவச வினியோகம்.

நாலு மாசம் கழித்து
கலந்து கொண்ட பெருங்கவி
கண்ணில் பட்டார்.
என்ன கவிஞரே!
இன்னுமா ரெண்டாம் தொகுப்பு
வரவில்லை?
வெளியிடும் தேதி சொல்லும்

வெளிநாட்டுச் சரக்குக்கும்
வெள்ளாட்டுக் குட்டிக்கும்
சொல்லியிருவோமென்றார்.

இப்பத்தான் எனக்கு
கவிதைக்கான முதல் வார்த்தை
உருக்கொண்டது.

***

41

எங்கள் தெரு வழியே தினமும் வரும்
அவனை எனக்குப் பிடிக்கும்.

தினமும் ஒரு டிரெஸ்
நன்றாகவும் இருக்கும்
கந்தலாகவும் இருக்கும்.
வேளைக்கு உணவுக்கு
நெளிந்த அலுமினியத் தட்டு.

என்றும் மாறாத முகச்செழிம்பு
வெய்யில் மழை
கரண்ட் கட் வெக்கை
அட்மிஷன் கவலை ஏதுமில்லை;
எங்கேயோ தூங்குகிறான்.

என்றைக்காவது ஒரு நாள்
அவன் முகத்தில்
கவலையையோ சந்தோஷத்தையோ
சிரிப்பையோ வருத்தத்தையோ
பார்த்து விடலாமென
கோபத்துடனும் வருத்தத்துடனும்
காத்திருக்கேன்.

அவனை எனக்கு
ரொம்பப் பிடிக்கும்.

***

42

மனசாட்சியை அழிக்க
துல்லியத் தாக்குதல்
தப்பித்துக் கொண்டது.
அணுகுண்டைப் போட்டு
அழிக்க நினைத்தேன்.

என்னை அழித்தொழிக்க
எத்தனையோ வழியிருக்க
அணுகுண்டை எடுக்கும்
அறிவிலியே கேள்!
அரசியல்வாதிகளிடம் கேள்
ஆலோசனை சொல்வான்.
சில ஆண்கள் பெண்களிடம்
ஆலோசனை மட்டுமல்ல
அனைத்தும் இலவசம்;
கைச்செலவுக்குக் காசும் உண்டு.

டாக்டர்கள் மெடிக்கல் கடைக்காரர்கள்
அரசு ஊழியர்கள்
மெட்ரிக் பள்ளி நிர்வாகிகள்
அனைவரிடமும்

ஆலோசனைகள் உண்டு.
இடதுசாரிகளிடம் மட்டும்
கேட்டு விடாதே!

எங்களிடம் இல்லாததை
எப்படிக் கேட்கலாமென்று
ஊரைக் குழப்புவதுபோல்
உன்னையும் குழப்பி விடுவார்கள்.

***

43

தொடர்ந்து தூண்டில் போடுகிறேன்
வெகு நேரம் குளக்கரையில் இருப்பதால்
பறவைகளின் பாஷையும்
மீன்களின் பாஷையும்
எனக்குப் புரிந்து போயிற்று.

இரண்டு நாளாக
ஒரு மீன்
என்னையே சுற்றிச்சுற்றி வந்தது.
என்னிடம் ஏதோ கேட்க நினைப்பதை
புரிந்து கொண்டு
நானே பேச்சுக் கொடுத்தேன்.

என்ன விஷயம் மீனே
என்னிடம் சொல்.

எத்தனை நாள்தான்
தண்ணீருக்குள்ளேயே கிடப்பது?
வாழ்க்கை ரொம்ப போரடிக்கிறது தாத்தா.

என்ன செய்ய வேண்டும்?

வானத்தில் பறக்க வேண்டும்;
பறவைகளைப்போல்
குளம் குளமாகப் பறக்க வேண்டும்.

வெளி நாட்டுக்கெல்லாம் போகணுமா?

இல்லை;
உள் நாட்டை முதலில் சுற்ற வேண்டும்.

உன்னிடம் ஆதார் கார்டு இருக்கா?

ம்...இருக்கு.

சரி புறப்படு!
நேரா தெக்காம கொஞ்ச தூரம் போயி
மேற்காமத் திரும்பு
ஒரு பெரிய திட்டு வரும்.
வெள்ளை வெளேர்னு
நெறய்யப் பேரு இருப்பாங்க
அவங்க ஒன்னைய
கூட்டிட்டுப் போவாங்க.

நான் சொன்னபடியே
மீன் பயணப்பட்டது.
பாய்ந்து வந்த கொக்கு ஒன்று
ஒரே கொத்தில் விழுங்கிப் பறந்தது.

மீன்
ஒவ்வொரு குளமாகப் பறந்து திரிகின்றது.

***

44

புள்ளிகளைச் சிறைவைத்து
கோலமிட்டாய்.
வைத்த புள்ளிகளில்
எந்தப் புள்ளி நானென்று
அறிவாயோ நீ!

குனிந்து நிமிர்கையில்
கடிகாரப் பெண்டுலமாய்
சதிராடும் டாலரிடம் கேள்.
எந்தப் புள்ளி நானென்று
அடையாளம் காட்டும்.

டாலரின் பாஷை
அறியாதவளா நீ!
டாலர் கடித்து
கால் விரல் கொண்டு நிலம் கீறி
கண்களால் பேசினாயே
அதே பாஷைதான்.

***

45

மாடிப்படியில் ஒற்றை ரோஜா
உதிர்ந்து கிடந்தது.
அலுவலகத்தில்
ஒற்றை ரோஜா வைப்பவள்
அவள் மட்டும்தான்.

பூ மிதிபடலாமோ?
எடுத்து விட்டேன்
எப்படிக் கொடுப்பது?
அவளுடையதுதான்
ஆனாலும்..
கையில் ரோஜா
முகராதவன் மனுஷனா?
அவள் பார்த்து விட்டால்?
பத்திரப்படுத்தினேன்.

மறைவிடம் தேடிப்போய்
இழுத்து முகர்ந்தேன்.
கொங்குதேர் வாழ்க்கை
அஞ்சிறைத் தும்பி
காமம் செப்பாது
நானறியும் பூவே.

***

46

சுடர்ப்பின் திரியும்
நெருஞ்சி என்றான் சங்கப் புலவன்.
சில காலம்
சூரியனைப் பின் தொடர்ந்தாய்.
வெக்கை தாளாமல்
இலைகளைப் போர்த்தி
குளிர்ச்சி கண்டாய்.
அம்மாவின் அரவணைப்பு
இலையின் குளிர்ச்சி
அதிகார மோகங்கொண்டு
பம்பரச் சிறுவனோடு
கை கோர்த்தாய்.
பூனையைப் புலியென்று
நம்பி நடந்தாய்.
சகலையுடன் சேர்த்தியானாய்
கழைக்கூத்தாடியின் பின் சென்றாய்.

கருத்துரிமை போற்றுதும்!
கருத்துரிமை போற்றுதும்!

என்றைக்கிருந்தது
உன்னிடம் தனிக்கருத்து.

***

47

நேற்று காலை
தாமிரபரணியில் தஞ்சம்.
அள்ளி அணைத்து
உச்சி முகர்ந்தாள்
என் மூதாய்.

வெக்கரித்த வெய்யில்
கந்தகப் பூமி
கரிசல் வாசம் என்றாலும்
நான் உன் பிள்ளை என்றேன்.

அருகிருந்தும்
உனக்கான தானியமும் நெல்மணியும்
நான் தரவில்லை.
தாகம் தீர்க்கும் தண்ணீர்
நான்தானடா தருகிறேன்.

தாயே!
நீ ஜாதி மதம் இனம்
பார்ப்பதுண்டாமே?

மூடப்பயலே முட்டாளே!
எனக்கேதடா ஜாதி மதம் இனம்.
தொ.பவும் என் பிள்ளை

தோப்பிலும் என் பிள்ளை
தே.லூர்தும் என் பிள்ளை.

இப்பத்தான் நீராடிப் போனார்கள்
புதுமைப்பித்தனும் தொ.மு.சியும்
வல்லிக்கண்ணனும் தி.க.சியும்.

என்ட அம்மே!
நாளை நீராட தி.க.சி வந்தால்
மறக்காமல் சொல்!
உன் இளைய மகன்
கரிசக்காட்டுக்காரன்
தர்மன் வந்து போனானென்று.

***

48

கைகள் வலிக்க
கடல் மணல் இறைத்துக் காத்திருந்தேன்.
அடுத்த நாள் மனம் வலிக்க
அலைகளை எண்ணிக் காத்திருந்தேன்.
மறு நாள் கண்கள் வலிக்க
அத்தனை முகமும்
அடையாளம் தேடிக் காத்திருந்தேன்.

என்ன சொல்லியும் ஏற்காத மனசு
இன்றும் போய் காத்திருப்போம்
வா என்கிறது.

***

49

எத்தனை முறை வைத்தாலும்
மருதாணி அழியாமல்
உறங்கத் தெரியவில்லை
என் மகளுக்கு.

பாட்டி சொன்னபடி
என்னம்மா உறங்கினாள்.
அம்மா சொன்னபடி
நான் உறங்கினேன்
மருதாணி அழியவில்லை.

நான் சொன்னபடி
மகள் உறங்கலை.
மகள் உறங்க
நான் காவல் இருந்தேன்
காரணம் அறிந்து கொள்ள.

உழைத்த களைப்பில்
உறங்கும் எம்புள்ள
கம்ப்யூட்டர் மவுஸ் என்று

கையைப் பிசைகிறாள்.
பத்து விரலும்
பட்டனைத் தட்ட
உறக்கத்திலும் உழைக்கும்
என் மகள் கை மருதாணி
உலரவே உலராது.

***

50

முற்றத்தின் அழகே கூடியிருந்தது
அவள் வந்திருக்கும் சேதி சொன்னது
அழகுக் கோலம்.

அவள் அம்மாவின் கோலம்
அலங்கோலம்.
கொட்டிய மாவென்றாலும்
கொழுந்தியாள் கொட்டினால்
கொள்ளை அழகு.

ஈராண்டாய் நான் ரசித்த கோலக்காரி
கணவனோடும் குழந்தைகளோடும்
விடுமுறைக்கு வந்திருப்பாள்.
முற்றத்துக் கோலத்தை
முழுமையாய் ரசிக்கலாம்.
பெண்டுலமாய் ஊசலாடும் டாலர் சதிராட
புள்ளி வைக்க எழுந்து நிமிரும்
அழகே அழகு.

ஈரக்கூந்தல் நனைக்காத
புள்ளி ஒன்றை
எனக்காக வை
முற்றத்தில் அல்ல.

***

51

ஊருணியில் கண் சிவந்து
கண்மாயில் காலோய்ந்து
கிணறுகளில் தெப்பத்தில்
தலைமுடி செம்பட்டையாக
தண்ணீரோடு தண்ணீராக
அயிரை மீனைப்போல்
ஆனந்தித்திருந்த நான்
அணி வகுப்பாய் நீளும்
பிளாஸ்டிக் குட வரிசையில்..

பிரயாணத்தில்
அநியாய விலை கொடுத்த
அரைலிட்டர் பச்சத்தண்ணி.
நகரும் தினம் வாழ்வு
பச்சத்தண்ணி கிடைக்காத பரிதாபம்.
யாரைக் குற்றம் சொல்ல?
போடுங்கம்மா ஓட்டு
.... பாத்து.

***

52

என் தாய் அமர்ந்து
பாலூட்டிய வேம்பு.
தொட்டில்களும்
தூக்குவாளிகளும் தொங்கிய
கருவேல மரம்.
காலடித் தடம் மட்டுமல்ல
கலவியும் செய்த எங்கள் நிலம்.
கூடி உட்கார்ந்து
காட்டுக் கஞ்சி குடித்த
நிலவாகை நெடிதுயர் மரம்.
தூக்கணாங்குருவிக் கூடுகள் தொங்கிய
பனை மரம்.
ஏத்திச் சொருவிய சேலை
பச்சை நரம்புகள் தெரிய
பெண்கள் மடி கூட்டிப் பருத்தி எடுத்த
பூர்வீக நிலம்.
தட்டை பாசி
உளுந்து மொச்சை
காய்கள் கனிகள்
விளைந்த மந்தைப் புன்செய்
எல்லாமும் போச்சு.

எட்டுவழித் தார் ரோடாய்
சாலையில் டயர் உரசும்
டர்ரார்ர்ரார்ர் சத்தம்
தினமும் நெஞ்சைப் பிழியும்
நீ... ள் சோ...க...ம்.

***

53

எண்களாலும் நிறங்களாலும்
சூழப்பட்டு விட்டது
வாழ்க்கை.

இறந்தாலும் எரிக்க
ஆதார் கட்டாயம்.
செல் நம்பர் ஏ.டி.எம் நம்பரின்றி
இயங்காது வாழ்வு.

காவி மதம்
வெள்ளை அரசியல்
கறுப்பு நாத்திகம்
சிவப்பு ஜிந்தாபாத்
பச்சை விவசாயம்
நீலம் அடையாளம்
மஞ்சள் மங்கலம்.

எண் இல்லாமல்
நிறமில்லாமல்
வாழப் போகிறேன்.

அடர் வனம் போய்
அமைதியாய்
சுதந்திரமாய்
நிர்வாணமாய்
என் சுய நிறத்துடன்
சிட்டுக்குருவியைப் போல்.

***

54

இன்றைக்காவது
வந்து விடுவாயா?
அலைகளை எண்ணி எண்ணி
அலுத்துப் போச்சு.
ராமானுஜத்தின்
கணித சூத்திரம்
தோற்கக் கூடாது.

என் கால் தடம் அழிக்கும்
கடல் அலைகளே!
காற்றில் கலந்துவிட்ட
என் கவிதைகளை
அழித்துப் பாரேன்.

***

55

புதர் மண்டி
மஞ்சணத்தி சூழ்ந்து
சுவர் இற்றுப்போன
இடிந்த கிணறு
உற்றுப் பார்த்தேன்.

கூட்டுக் கொம்பு
இரட்டைச் செவலைகள்
கமலைநீர் இறைக்கும்
குளம்படிச் சத்தம்
கூடவே செத்துப்போன
என் தாத்தாவின் அதட்டல்.

***

56

வெறுமனே காற்றுக்கும்
வெளிச்சத்திற்கும் மட்டுமா ஜன்னல்?
எரிச்சலுடன் மூடிவிட்டேன்.

இன்று என் ஜன்னல்
உயிர்ப்பித்துக் கொண்டது.

அலங்காரக் குடைபிடித்து
அன்ன நடை பயிலும்
சிறு நடைச் செருப்பணிந்த டீச்சர்கள்.

வெறுமையாய் ஓடிய ஆட்டோக்கள்
நிறைந்து பிதுங்குகிறது.

தானும் அலங்கரித்து
தன் கைப்பிள்ளை பிடித்து
அன்னை செல்லும் காட்சி.

மழையோ புயலோ
தூசியோ புகையோ
எது வரினும்
என் ஜன்னலை மூடமாட்டேன்.

சனி ஞாயிறு
வெறுமையைத் தாங்கிக் கொள்வேன்;
விடிந்தால் திங்கள்.

***

57

வேம்படிக் குளிர்ச்சி
நிழல் தரும் சுகம்.
கோனார் உரையுடன்
கூடியிருக்கும் பிள்ளைகள்.
எந்நேரமும்
செல்போனும் கையுமாய்
சிரித்துப் பேசும்
சந்திரா டீச்சர்
போவோர் வருவோரின்
சாபம் அறியாள்.

வாங்கும் சம்பளம்
வத்திக்கனும் டீச்சர்!

சாபம் பழித்தது
டீச்சரின் தலையில்
காக்கை எச்சம்.

***

58

குழந்தைகளைக் கண்டால்
சீண்டுவதையும் சிரிப்பதையும்
நிறுத்தி வெகு நாளாயிற்று.

ரோஜாக்களைத் தொடுகிறவன்
திருடனா?
குழந்தைகள் பார்க்கட்டும்
சாக்லெட்டைத் தின்றுவிடு
கை நீட்டினாலும் தராதே.
மனசைக் கல்லாக்கிக் கொண்டு
தின்று கொண்டே இரு
அழுதாலும் கொடுக்காதே.
எந்த நிமிடத்திலும்
நீ குழந்தைத் திருடனாகலாம்.

கலீல் கிப்ரான் சொல்கிறான்:
உன் குழந்தை என்பது
உன் குழந்தையல்ல;
உன் மூலமாகப் பிறந்த
இச்சமூகத்தின் குழந்தை.
ஆனாலும்
இனிமேல் நான்
எந்தக் குழந்தைக்கும்
சாக்லட் தரமாட்டேன்.
சாக்லட் என்பது
என் அன்பின் குறியீடு.

***

59

அநீதி கண்டு
பொங்கி எழுந்தேன்.
பற்றி எரியட்டுமென
இடது அங்கம் திருகி எறிந்தேன்.
ரத்தமும் சதையுமாய்ச் சிதைந்த
ஏதோ பழமென
தெருவில் கிடந்தது அங்கம்.

அக்னி பகவானிடம் சென்று
தீ ஏன் பற்றவில்லை என்றேன்.

பெண்ணே!
திருகி எறிந்த
அங்கம் எடுத்து
பத்தினித் தன்மையறிய
லேப்புக்கு அனுப்பினேன்.
ரிசல்ட் வந்தது
நெகடிவ் என்று.

போ போ!
போய் கவிதை எழுது.
வார்த்தையில் மட்டும்
ஆவேசம் காட்டு.
எரிந்த மார்பில்

எரியாது தீ.
இது அக்னி பகவான் நீதி.

பேச்சுக்கும் செயலுக்கும்
எழுத்துக்கும் வாழ்க்கைக்கும்
உண்மையாயிரு.

சந்ததிகள் தளைக்க
அங்கங்கள் முக்கியம்.

***

60

அலுவலகம் செல்ல
படியேறினேன்.
ஏழாவது படியில்
உதிர்ந்து கிடந்தது
ஒற்றை ரோஜா.

எடுத்துக் கொள்ளலாம்;
கொடுக்க முடியாது.
என்ன செய்வது
எத்தி விடவா முடியும்?

குனிந்து எடுத்து முகர்ந்தேன்
நானறிந்த கூந்தலின் வாசம்.

பெரும்பாலும்
பெண்கள் தொலைத்த
பூக்கள் எல்லாமே
ஆண்களிடமே சிக்குகின்றன.

***

61

செடியியில் பூத்தபோது
வேறு வாசம்.
பூ விரல்கள்
கோர்த்தபோது
வேறு வாசம்.
பொன் கூந்தலில்
சூட்டியபோது
வேறு வாசம்.

முக்கண்ணனுக்கும் தெரியவில்லை
நக்கீரனுக்கும் புரியவில்லை.
என்னிடம் கேட்டிருந்தால்
முக்கண்ணே தேவையில்லை.

பல வாசமறிந்த
பித்தன் நான்.

***

62

அவள்
மஞ்சள் உரசிய
படிக்கல்லை
தொட்டு முத்தமிட
துடித்துத் தோல்வியுறும்
அலைகள்.

***

63

நேற்று
நானும் அவளும்
சந்தித்துக் கொண்டோம்.
அவள் கணவன்
குழந்தைகளுடன்.
நான் மனைவி
குழந்தைகளுடன்.

பாசி படர்ந்த
நீர் விலகித் தெரியும்
தண்ணீர் போல்
சிறு புன்னகை.

இருவரும் நேற்றைக்குள்.

குழந்தை என்
கரம் பற்றியது
நான் இன்றானேன்.
அவளும்தான்
தன் கணவன்
கரம் பற்றி.

***

64

கொஞ்ச நாளாக
குளத்துக்கும் எனக்கும்
சிறு பிணக்கு.
இத்தனை நாளாக
எழுத்தாளர் என்பதை
நான் சொல்லவில்லையாம்.

சென்ற வாரம்
கரை வழியே போன
சிறுநடைச் செருப்பு அணிந்த டீச்சர்
பேசாமல் போயிருந்தால்
பிரச்சினையே இல்லை.

என்ன எழுத்தாளரே
மீன் மாட்டுச்சா என்றாள்.
குளத்தின் காதில்
விழுந்து விட்டது.
அன்று முதல் அமைதியாய்
பிணங்கிக் கொண்டது குளம்.

எழுதுகிறவன் எல்லாம்
எழுத்தாளன் இல்லை
தெரிஞ்சுக்கணும் ஓய்..

கரை மேல் இருக்கும்
ஐயனார் கோவில் ஆலமரம்
அன்றாடம் ஆயிரம் காதல்.
நல்ல காதலும் உண்டு
கள்ளக் காதலும் உண்டு.
நரிக்கிடங்கு ஓரம்
செத்து மிதந்தாள்
கோட்டி பழனியம்மாள்.
கலிங்கலின் கீழோரம்
தாயும் மகளும் தற்கொலை.
முனியாண்டிக் கொத்தன்
குளத்தில் மூழ்கிச் சாகவில்லை.
முக்கி முக்கிக் கழுத்து நெரித்து
கொன்றவர்களை நானறிவேன்.

காதல் காமம் மர்மம் கொலை
துரோகம் திருட்டு பொய்
இவைகள் பற்றி நானறிந்த
ஆயிரம் கதைகள்
என்னிடமும் உண்டு.

***

65

குப்பைக் கூடை
வேண்டும் என்றேன்.
கடைச் சிப்பந்திப்பெண்
எடுத்தாள் கொடுத்தாள்.
வேறு கலர்
வேண்டும் என்றேன்.

அமைதிக் குளத்தில்
அவள் எறிந்த கல்
அலை அலையாய்..

குப்பைக் கூடைக்கு
என்ன சார் கலரு?

கூடை வாங்கியாச்சு
மனசெல்லாம் குப்பை.

***

66

கண நேரம்தான்
தக்கையை மறந்து
பீடி பற்ற வைத்தேன்.
தூண்டிலில் இரை
களவாடப்பட்டுவிட்டது.

வயோதிகத் தூண்டில்கார
தாத்தாவிடம் கேட்டேன்.
தாத்தா...தாத்தா..
தண்ணீருக்கு வெளியே
தரையில் அமர்ந்து
பீடி பற்ற வைப்பது
மீனுக்குத் தெரியுமா?

இது மட்டும் இல்லடே
எல்லாமே தெரியும் மீனுக்கு.
நேத்து எவள்கிட்ட
போய்ட்டு வந்தேனும் தெரியும்.

மீனுக்குத் தண்ணீர்
உலகைப் பார்க்கும்
மாயக் கண்ணாடி.

***

குறிப்புகள்